પ્રવીણ શાસ્ત્રીની હલ[illegible] વાર્તાઓ

સ્નેહીશ્રી રમણભાઈને
૨-૧૧-૧૨ ભેટ
પ્રવીણ શાસ્ત્રી

પ્રવીણ શાસ્ત્રી

પ્રવીણ શાસ્ત્રી

ISBN-13:
978-1976247729

ISBN-10:
1976247721
Your book has been assigned a CreateSpace ISBN.

અનુક્રમણિકા

અર્પણ

પરમ મિત્ર

શ્રીમતિ ઈન્દુબહેન અને

શ્રી ઠાકોરભાઈ ટોપીવાલા

જેમના સ્નેહભર્યા સાથ સહકારથી જ પરભૂમિપર

સ્થાયી થઈ શક્યો;

એમને સ્નેહાદર

૧ ડાયાબેટિક પ્રસાદ

ઊર્મિનો ઊચાટ અને બબડાટ ફફડાટ પરાકાષ્ટા એ પહોંચ્યો હતો. એના બા એટલે કે સાસુજી ભગવાનની રૂમમાં માળા ફેરવતા હતા. જેઠ એટલેકે જીજાજી ટીવી પર ન્યુઝ જોતા હતા. જેઠાણી એટલેકે એની પોતાની મોટી બહેન રસોઈ કરતી હતી. એનો વ્હાલમિયો ઉત્પલ ઘરમાં આવ્યો જ ન હતો. ભાણેજ કહો કે ભત્રીજો કહો નિખિલ, એના ફેસબુક સંપર્કમાં મસ્ત હતો. દસ વર્ષની દીકરી આર્ષા, કાનમાં ઈયરફોન નાંખીને મોટા બરાડા પાડી કંઈક ગાતી હતી.

કોઈ ઊર્મિનો બબડાટ સાંભળતું ન હતું. આવતી કાલે સત્યનારાયણની કથા હતી. ઊર્મિ, મહારાજે આપેલી યાદી મુજબ પુજાપાની સાધન સામગ્રી ભેગી કરતી હતી.

દેરાણી જેઠાણી એટલે કે બન્ને બેનોએ સાસુમા એટલે કે બાને ઘરકામમાંથી નિવૃત્ત કરી દીધા હતા. બાના બન્ને દીકરાઓ બે બેનો સાથે પરણીને આનંદથી સુખી કોટુંબિક જીવન માણતા હતા. બા એક સત્ય સમજતા હતા. જો દીકરાઓને સુખી જોવા હોય તો વહુઓને મસકા પાલીસ કરી ને, ખુશ રાખવામાં જ કુટુંબનું કલ્યાણ છે. એમણે બન્ને વહુઓને વ્હાલી કરી હતી. બાએ એક પ્રથા ચાલુ કરી હતી. બન્ને વહુના જન્મદિને સત્યનારાયણની કથા કરાવવાનો નિયમ જાળવ્યો હતો. સવારે સત્યનારાયણનું પૂજન અને સાંજે આપ્તજનો સાથે ઘરમાં પાર્ટી.

કાલે મોટી વહુની બર્થડે છે. મોટી શાંત અને ઠરેલ . નાની

ઊર્મિ ઉછળતી કુદતી ધાર્યું કરવા વાળી હતી. ઘરમાં નાનીનું જ વર્ચસ્વ હતું. તડને ફડ બોલવામાં સંકોચ રાખતી ન હતી. એની સ્પષ્ટવક્તા કે 'બીગ માઉથ' બદલ એની દીદી માફી માંગી લેતી અને બગડેલી બાજી સંભાળી લેતી. પાર્ટી, ફંકશન, શોપીંગ એ નાનીના હાથમાં. મોટી મોટાભાગની ઘરેલુ અને સામાજિક જવાબદારી નિભાવતી. આવતી કાલના પ્રોગ્રામની જવાબદારી નાની બહેન એટલે કે ઊર્મિએ લઈ લીધી હતી.

એને બે દિવસ પહેલાં પ્રસાદને માટે લાવેલ પેંડાનું બોક્ષ મળતું ન હતું. કિચન કેબિનેટ, પેન્ટ્રી, કિચન કાઉન્ટર અને ફ્રિઝ... કશે પ્રસાદના પેંડાનું બોક્ષ દેખાતું ન હતું. એને અવો ખ્યાલ હતો કે એણે કિચન કાઉન્ટર પર જ બોક્ષ મુક્યું હતું. અત્યારે એ જડતું જ ન હતું. મિઠાઈના બોક્ષમાં હતા તો માત્ર સાત પેંડાજ, પણ એ જાય ક્યાં! ફ્રિઝ પેન્ટ્રી અને કેબીનેટના બારણાં ધડાધડ ખુલતા અને બંધ થતા હતા. બબડાટ ફફડાટનું વોલ્યુમ મોટું થતું હતું. એણે બુમ પાડીને પુછ્યું, 'દીદી, તેં પેંડાનું બોક્ષ જોયું છે? કે બીજી કોઈ જગ્યાએ મુક્યું છે?'

'ના, મારા જોવામાં કોઈ બોક્ષ આવ્યું નથી. ખોટી માથાકૂટ છોડ. ન મળે તો કંઈ નહિ. બીજી ઘણી મિઠાઈ છે. જાત જાતનો પ્રસાદ છે. આપણે ક્યાં અન્નકૂટ ભરવો છે? પેંડા ન હશે તો ચાલશે.'

'ના, ના. આતો ખાસ માવાના કેશર પેંડા છે. તારી ફેવરિટ સ્વિટ.' ચાર પાંચ જગ્યાએ ફરીને તાજી મિઠાઈ લાવી હતી. ઘણી જગ્યાએતો બે ત્રણ મહિનાથી પડી રહેલી વાસી મિઠાઈજ હતી. બધાને ભાગે એક એક આવે એ ગણત્રીએ માત્ર સાત પેંડાજ લાવી

હતી. દીદી, કદાચ જીજાજી એ તો ન લીધી હોય?'

'તારા જીજાજી ક્યાં ગળપણ ખાય છે! એને તો બાનો ડાયાબિટિઝનો વારસો મળ્યો છે.'

'ઉત્પલ તો મિઠાઈને અડકતો પણ નથી. એને તો તીખું તમતમતું મસાલેદાર ફરસાણ જ ભાવે છે.'

'કદાચ નિખિલીયોજ ઝાપટી ગયો હશે!

નિખિલ, ઓ નિખિલ, અરે નિખિલીયા સાંભળે છેએએએએએએ.. ડીડ યુ સી ઓર ઈટ પેંડા?'

'આન્ટી, વ્હોટ પેંડા? આઈ ડિડન્ટ સી ઓર ઈટ એની પેંડા. ચેક વીથ સ્નીકી કેટ.'

સ્નીકી કેટ એટલે દસ વર્ષનું વાવાઝોડું... સુનામી...કઝીન આર્ષા. ..

અને બુમ પડી આર્ષા....આર્ષા...

આર્ષા કાન પરના હેડફોન સાથે મ્યુઝિકના તાનમાં બરાડા પાડીને નાચતી હતી.

આર્ષાના નામની બુમ સાંભળતાજ બાના માળાના મણકા ફરતા બંધ થઈ ગયા. આમતો બાના કાનથી ખાસ સંભળાતું ન્હોતું; પણ ઊર્મિનો પેંડા માટેનો પરિતાપ, શબ્દે શબ્દ સાંભળ્યો હતો. અને એટલે જ ફફડતા હતાં. સ્વભાવમાં નાની પૌત્રી આર્ષા, એની મમ્મી, ઊર્મિની લઘુ કૃતિ હતી . વિફરે તો કોઈની નહીં. મીઠી થઈને મિનીટમાં વ્હાલી પણ થઈ જાય. નિખિલ ની ગર્લફ્રેન્ડની વાતોને બ્લેક મેઈલિંગ શસ્ત્ર બનાવીને નિખિલની પાસે ધાર્યું કામ કઢાવતી રહે.

પ્રવીણ શાસ્ત્રી

એ આર્ષાને એની મમ્મી પેંડાના બોક્ષ માટે પૂછતી હતી. આર્ષા સાંભળતી ન હતી. બા મનોમન પ્રાર્થના કરતાં હતા કે ગ્રાન્ડ ડોટર ચાંપલી આર્ષા એની મમ્મીની બુમ સાંભળે જ નહિ. કારણકે......

બાનો ડાયાબિટિઝ ધીમે ધીમે કંટ્રોલ બહાર જઈ રહ્યો હતો. ઊર્મિ જ દર વખતે બાને મેડિકલ ચેક અપ માટે ડોકટરને ત્યાં લઈ જતી હતી. ડોક્ટરે એમને ૧૫૦૦ કેલેરી, લૉ કાર્બોહાઈડ્રેટ ડાયેટ પર મુક્યા હતા. સુગર તદ્દન બંધ કરવાનું કહ્યું હતું. કોઈકવાર મોટીને દયા આવતી અને ભાણાંતર ન થાય એ ગણત્રીએ જરા ગળપણ આપતી... પણ નાની વહુ ઊર્મિ...? વાત જ જવા દો ને! બાના મોઢામાંથી ઓકાવે એવી જબરી હતી. બાને કારણે ઘરમાં બધાને માટે ગળપણનું રિસ્ટ્રિકશન આવી ગયું હતું. પણ આતો કથા માટેનો દીદીને ભાવતા પેંડાનો પ્રસાદ હતો.

હવે બન્યું એવું કે ગઈ કાલે ઘરમાં કોઈ જ ન હતું. બાએ કિચન કાઉન્ટર પર કેસરી પેંડાનું બોક્ષ જોયું. ક્લીયર પ્લાસ્ટિકમાંથી પેંડા દેખાતા હતા. પણ આતો કથાના પ્રસાદને માટે છે! બાનો આત્મા કહેતો હતો.

પેંડા ડોશીમાં ને કહેતા હતા ભગવાન તો કથાના મંડળમાં પણ છે અને તારા શરીરમાં પણ છે. ભગવાન તારા મોંમાં છે અને ભગવાન તારા પેટમાં પણ છે. સમસ્ત સૃષ્ટિના કણ કણમાં છે. તારા દેહના અંગે અંગમાં છે. ખાત્રી કરી લે પેંડા ખાધા વગર પણ તારા મોંમાં પેંડા વાળુંજ પાણી ભરાયું છેને! આવતી કાલે યે છે અને આજે પણ છે. મારે તો આજે જ તારી જીભના ઠાકોરજીના શરણમાં જવું છે. તારા મુહ મંદિરનોઆ જ્વ્હાસન પર એક પેંડો ધરાવી દે, હું પેંડો મટી

પ્રસાદ થઈ જઈશ. મને આરોગશે તો તારું કલ્યાણ થઈ જશે. પેંડા પણ કહેતા હતા ...મને ખા...મને ખા..મને ખા..તારા દેહના દેવતાને પ્રસાદના પેંડા અત્યારે જ ધરાવ.

બાએ એક પેંડો લીધો. ડીસમાં મુક્યો. ભગવાન પાસે દીવો કર્યો. ઔમ પ્રાણાય નમઃ સ્વાહા... વિગેરે મંત્ર બોલીને નૈવેદ્ય ધરાવ્યો. ઘણાં લાંબા સમય પછી ગળ્યા પ્રસાદનો આનંદ માણ્યો.

ઘડપણમાં ડાયાબિટિઝ પેધો પડે ત્યારે ન ભાવતી ગળી વાનગી પણ ભાવતી થઈ જાય અને એને માટે પણ તલપ લાગે. બા બોખા મોંમાં પેંડો જીભથી ફેરવતા ફેરવતા, ધીમે ધીમે રસાસ્વાદ માણતા હતા અને એકદમ સ્નીકી કેટ આર્ષા આવીને ગ્રાંડમા સામે ઊભી રહી ગઈ.

'ગ્રાન્ડમા, આઈ નોં; યુ આર ઈટીંગ સ્વિટ. આઈ હેવ ટુ ટેલ માઈ મોમ.'

'ના બેટા, તારી મમ્મીને કહેતી નહિ. લે, તું પણ લે. ખા. આ તો ઠાકોરજીનો પ્રસાદ છે.'

આર્ષાએ એક પેંડો મોમાં મુક્યો. 'ઓહ! વેરી નાઈસ! કેન આઈ હેવ વન મોર ગ્રાન્ડમાં?' આઈ પ્રોમિસ. આઈ વો'ન્ટ ટેલ માય મોમ.

'લે બેટા લે. પણ પ્લીઝ, તારી મમ્મીને કહેતી નહીં. મારે એનું બે કલાકનું દાકતરી ભાષણ સાંભળવું પડશે.'

'ઓકે... ઓકે.. ગ્રાન્ડમા, હવે બોક્ષમાં ઓન્લી 'ફોર' જ રહ્યા છે. 'ટુ' તમારા અને 'ટુ' મારા. લેટ્સ ફિનિશ ધ બોક્ષ.'

દાદીમા અને પૌત્રીએ ક્યારે બધા પેંડા પુરા કર્યા તેનો દાદીમાંને પણ ખ્યાલ ન રહ્યો. અને આજે સવારે ઈરાદા પૂર્વક

ગ્લુકોમિટરથી ફાસ્ટિંગ સુગર માપવાનું ભુલાઈ ગયું હતું. પણ અત્યારે નાની વહુ પેંડાનું બોક્ષ શોધતી હતી. આર્ષાની જુબાની લેવાની હતી. દાદીમાં ફફડતા હતા. આર્ષા એની માની બુમ સાંભળતી ન્હોતી. ઊર્મિએ ગુસ્સામાં આવીને એનું હેડફોન ખેંચી કાઢ્યું. 'અહિ પેંડા હતા તે તું ખાઈ ગઈને?'

'આસ્ક ગ્રાન્ડમાં.'

આર્ષા નો જવાબ સાંભળીને બાને પરસેવો છૂટ્યો.

પણ સ્નીકી કેટે બાજી સંભળી લીધી.

'કાઉન્ટર પર બોક્ષ હતું તેની વાત કરે છેને?'

'હા એ પેંડાનું બોક્ષ.'

'એ તો ફેંકી દીધું.'

'કેમ?'

'કેમ શું એમાંતો મોટી મોટી એન્ટના ઢગલા હતા. કેટલી બધી એન્ટ્સ. બાપરે! ગ્રાન્ડમાએ કહ્યું આખું બોક્ષ્ બેકયાર્ડના બુસીસમા ફેંકી દે. મેં તો ગ્રાન્ડમાએ કહ્યું એટલે સાણસીથી બોક્ષ પકડી બહાર ફેંકી દીધું. મોમ પૂછી જો ગ્રાન્ડમાને!'

'ખરેખર? તું તો નથી ખાઈ ગઈને? જુઠ્ઠું તો નથી બોલતી ને?' મમ્મીએ એનો કાન પકડ્યો.

'નો મોમ. આઈ સ્વેર. આઈ વોન્ટ ટેલ લાય.'

એણે જીભ પર આંગળીનું ટેરવું ભીનું કરી ગળે લગાડ્યું. 'આસ્ક ગ્રાન્ડમા.'

બા હળવેથી બહાર આવ્યા. 'બેટા ઊર્મિ આ ગણગણાટ શું છે? કંઈ ખોવાઈ ગયું છે?'

'બા! આ ગણગણાટ નથી. મારા બુમ બરાડા છે. આ તમારી લાડકી બિલાડી પ્રસાદના પેંડા ખાઈ ગઈ લાગે છે. બીગ લાયર.'

'ના બેટા. એમાં કીડી ઉભરાતી હતી એટલે મેં જ આર્ષાને કીધું કે આ બોક્ષ બહાર ફેંકી દે, નહિ તો આખા ઘરમાં કીડી થઈ જશે. ઉત્પલને ફોન કરીને કહી દે ને કે બીજા પેંડા લઈ આવે. આજે સવારે હું આ વાત કરવાની ભૂલી જ ગઈ હતી.'

કેઇસ ક્લોઝ.

બાને નાનપણની પ્રાર્થના યાદ આવી. 'અસત્યો માંહેથી પ્રભુ પરમ સત્યે તું લઈ જા.' તે રાત્રે બાએ પ્રાયષ્ચિત માટે બે માળા વધારે કરી હતી.

બીજે દિવસે સત્યનારાયણ કથામાં મહારાજ સત્ય પાલન માટે કથાનું મહાત્મ્ય સમજાવતા હતા. પાંચમાં અધ્યાયમાં પ્રસાદનો મહિમા સંભળાવતા હતા.

બાને પેંડામાં અને વહાલી ડિફેન્સ એટર્ની જેવી આર્ષામાં પ્રભુના દર્શન થયા જ હતા. આજે ઊર્મિ વહુએએ બાને અને જીજાજીને એક કણી જેટલો પેંડો અને માત્ર અડધી ચમચી શીરો આપ્યો હતો.

બધા મોટી પ્લેટ ભરીને શીરો ખાતા હતાં.

બાએ સત્યનારાયણ દેવ કી જય કહીને પ્રસાદનો ડાયાબેટિક પોરશન લીધો હતો.

૨ ડોસીએ દાટ વાળ્યો

"ગંગાફોઈ, તમે કંઈ રસ્તો કાઢી આપો. કંઈક કરવું જ પડશે"

રક્ષાભાભી, હેમાંગી, રૂપલ અને આરોહી એક મિશન લઈને ; તેમના બોસ અને ગાર્ગી પિક્લ્સના ઓનર ગંગાફોઈની ખબર કાઢવા ગયા હતા. થોડા સમય પહેલાજ ગંગાફોઈ બાથરૂમમાં લપસી પડેલા. હિપ રિપ્લેશમેન્ટ કરવું પડ્યુ હતું. ગઈકાલેજ હૉસ્પિટલમાંથી ઘરે આવ્યા હતા. હમણાં ઘરે બેઠા બેઠાજ કારોબાર સંભાળતા હતા.

ગંગાફોઈ ખાલી હાથે ફૂવા સાથે અમેરિકા આવેલા. ગંગાફોઈએ અમેરિકા આવીને ફેકટરિમા જોબ કરી. ન ફાવ્યુ. નોકરીને લાત મારી અથાણા-પાપડનો ગૃહ ઉદ્યોગ શરુ કર્યો. અથાણા વેચાયા. વખણાયા. મોટા પાયે ફેક્ટરી શરૂ કરી. પાપડના મશીન, મસાલા માટે જાતજાતના બ્લેન્ડર્સ, ગ્રાઈન્ડર્સ, પેકેજીંગ મશીન વિગેરે ધમધમાટ ચાલવા લાગ્યા. ગંગાફોઈનું ફોર્મ્યુલેશન અને મેનેજમેન્ટ. ગોરધનફૂવાનું મેન્યુફેક્ચરિંગ. વિકાશ થતોજ રહ્યો. જાતે ઈંગ્લિસ અને ડ્રાયવિંગ શિખ્યા. બિઝનેશમાં ગાર્ગી મેડમ તરીકે જાણીતા થયા. એમની ફેક્ટરીમાં ત્રીસ પાંત્રીસ માણસો કામ કરે. ઓફિસમાં પંદરેક માણસો કામ કરે. લગભગ બધાજ ઈન્ડિયન. અરે! મોટાભાગે ગુજરાતીઓજ. જાણે એક મોટું કુટુંબ. તહેવારો ઉજવાય, ખાણીપીણી થાય અને ગરબા પણ ગવાય.

ઓફિસ મેનેજર તરિકે ભાઈનો દિકરો પેથાભાઈ અને એની સેક્રેટરી

પ્રવીણ શાસ્ત્રીની હલકી ફુલકી વાર્તાઓ

પેથાભાઈની વહુ, રક્ષાબેન. પેથાભાઈએ પણ નામ બદલેલું. પિટર.

પેથાભાઈ બોસને ગંગાફોઈ કહે એટલે સ્ટાફમાં પણ બધા ગંગાફોઈ કહે. એમને પણ એ વહાલું લાગતું. આમતો હાયરિંગનું કામ બોસ ગંગાફોઈજ કરતા. જાહેરાત વગર, મોટેભાગે ઓળખાણ અને ભલામણથી ગુજરાતીઓનીજ નિમણુંક થઈ જતી; પણ આ વખતે જરા જુદું થયું.

ફોઈની માંદગી દરમ્યાન મીના મેટર્નિટી લીવ પર ગઈ. પીટરભાઈએ ટેમ્પરરી હેલ્પ માટે એજન્સીમાંથી બ્લોન્ડ, બોલ્ડ અને બ્યુટિફુલ મોનિકાને હાયર કરી. એના આવતાંજ ઑફિસ અમેરિકનાઈઝ થઈ ગઈ.

પેથાભાઈ પેન્ટ-શર્ટ કે કફની-પાયજામામાંથી ટાઈ અને જેકેટ પહેરતા થઈ ગયા. જગદીશ જાડિયાએ ડાયેટિંગ અને જોગિંગ શરુ કરી દીધું. બલ્લુ બટકાએ હિડન હીલના પ્લેટફોર્મ સૂઝ ખરીદ્યા. ત્ર્યંબક ટાલીયાએ વીગ વસાવી. જીતુએ રોજ નવા નવા ડિઝાઈનર જીન્સ અને પોલો ટીશર્ટ પહેરવા માંડ્યા. બધાજ મોનિકાને ઈમ્પ્રેશ કરવા તેની આજુબાજુ ભટક્યા કરતા હતા.

....અને મોનિકા એટલે મોનિકા જ. હોટ અને સેક્સી. હસમુખી અને રમતિયાળ. એફિસીયન્ટ અને ઈન્ટેલિજન્ટ. મીના જે કામ આખા દિવસમાં કરતી તે કામ મોનિકા માત્ર દોઢ-બે કલાકમાંજ કરી નાંખતી. સપ્લાયર્સ અને કસ્ટમરોની ફોફાઈલ પણ કોમ્પ્યુટરમાં નવી અને સરળ રીતે સેટ કરી દીધી. બધાને કંઈને કંઈ મદદ કરતી જાય, નવું શિખવાડતી જાય તોયે મૂઈ નવરી ને નવરી. બ્લોન્ડ વાળ અને

ઉરોજો ઉછાળતી જુદા જુદા ટેબલ પર ભમતી જાય અને બધાને મદદ કરતી જાય. રંગીન પતંગિયું ઉડતું રહે અને દેશીઓને ઉડાવતું રહે.

એક દિવસ બલ્લુ બટકાએ મોનિકાને પૂછ્યું યે ખરું. 'તું ક્યારે અને કોની સાથે પરણવાની છે?' મોનિકાએ જવાબ આપ્યો હતો. તારી સાથે. જ્યારે તું મારા કરતાં એક ઈંચ ઉંચો થશે ત્યારે તરતજ. બિચારો બલ્લુ!...

અને સાંઠની ઉપર પહોંચેલા વિધુર છગનકાકા પણ વાળ રંગીને ઓફિસમાં આવતા. કોઈએ ટિખળ કરી. મોનિકા! છગનકાકા ઇઝ મોસ્ટ સ્યૂટેબલ કેન્ડિડેટ ફોર યુ. મોનિકા હસીને જવાબ આપતી 'હી ઈઝ ટુ યંગ ફોર મી.

'આઈ એમ લુકીંગ ફોર સમવન, હુ ઈઝ મલ્ટિમિલીયનર એન્ડ નાઈનટી ફાઈવ યર ઓલ્ડ.' હસતી રમતી મીઠ્ઠી મોનિકા બધાની માનીતી થઈ ગઈ.

પણ એજ તો મોટો પ્રોબ્લેમ હતો ને!

પેથાભાઈ થોડી થોડી વારે નજીવા કામ માટે મોનિકાને પોતાની ઑફિસમાં બોલાવ્યા કરતા.

યસ પિટર, યસ પિટર કરતી મોનિકા પેથાભાઈની ઑફિસમાં ઘૂસી જતી. રક્ષાભાભીના પેટમાં તેલ રેડાતું.

એક વાર પેથાભાઈએ એને બોલાવીને કહ્યું કે હું તને ત્રણ મહિનામાં

પરમેનન્ટ કરી દઈશ.

અને મોનિકાએ કહ્યું 'થેન્ક્યુ...થેન્ક્યુ...થેન્ક્યુ પિટર. યુ આર ગ્રેઈટ. આઈ ફિલ વેરી ગુડ'

રક્ષા ભાભીએ બહારથી મોનિકાનો સેક્સી અવાજ સાંભળ્યો.

બસ થઈ રહ્યું. સાંજે રસોડું બંધ. બોલવાનું બંધ. બધીજ વાતે કિટ્ટા. રક્ષાભાભીએ સંભળાવી દીધું કે પટેલ! મીડલાઈફ ક્રાયસિસના તમારા લખ્ખણ કાબુમાં રાખ્જો. એ ધોળકી મોનિકા છે પણ લુઈન્સ્કી નથી. તમે બિલ ક્લિન્ટન નથી પણ પેથા પટેલ છો. જો ચાળા કરવા જશો તો આ તમારી હિલેરી નથી પણ રક્ષા પટલાણી છે.

હેમાંગી પણ અકળાયલી હતી. ઑફિસમાંનો હિમાંશુ એનો બોયફ્રેન્ડ હતો. બધાજ જાણતા હતા. શુક્રવારની સાંજથી રવીવારની મોડી રાત સુધી બન્ને સાથેજ ભટકતા. હવે ભાઈસાહેબને હેમાંગી મોળી અને ફરાળી લાગતી હતી.

રૂપેશ, જે રૂપલની પાછળ મરતો હતો તે મોનિકાની પાછળ પાછળ ફરતો થઈ ગયો હતો.

અને જીતુ કે જેના વેવીશાળ આરોહી સાથે ગંગાફોઈએજ કરાવી આપ્યા હતા તે ચાન્સ મળતા ખૂંણે-ખાંચરે આરોહીને કિસ પણ કરી લેતો હતો એજ જીતુ મોનિકાને બીચ પાર્ટી માટે પ્રપોઝલ મુકતો હતો. નાલાયકતો મોનિકાને ટોન્ગમાં જોવા ઈચ્છતો હતો.

આતો હદ થઈ ગઈને!

ખબર કાઢવા જવાનું તો એક બહાનું જ હતું. ખરેખરતો હૈયાનો બળાપો અને મનની મુંઝવણ કહેવા ગયા હતા.

'ફોઈબા! હવે તો કંઈ રસ્તો કાઢવોજ પડશે. તમારા ભત્રિજાએ અને મોનકીએ તો મારી રાતોની ઊંઘ બગાડી છે. એ ભમરીને આપણી કંપનીમાંથી કાઢો. જો એ પર્મેનન્ટ થશે તો મને તમારા ભત્રિજાની મને લાઈફમાંથી લે-ઓફ મળી જશે.' રક્ષાભાભી એના હૈયાનો ઉકળાટ બોસ અને ફોઈસાસુ સામે વ્યક્ત કરતા રડી પડ્યા.

'દીકરી પહેલા તું શાંત થઈ જા. ફ્રીઝમાંથી આઈસ્ક્રીમ કાઢ. તું લે અને બધાને આપ. પછી આપણે વિચારીયે કે શું કરી શકાય.' ગંગાફોઈએ વહાલથી સાંત્વન આપ્યું.

'મોનિકાનું ઑફિસનું કામકાજ કેવું છે?'

'એમાં તો જરાયે જોવાપણું નથી. અમારા કરતાંયે ઘણું સારું અને વ્યવસ્થીત કામ કરે છે.'

'સમયસર નોકરીએ આવે છે?'

'ઘણીવાર તો અડધો કલાક વહેલી આવીને ઓવરટાઈમ વગર કામ પર લાગી જાય છે.'

'તમારા કોઈની સાથે કંઈ લડાઈ ઝગડો કે તકરાર કરે છે?'

'ના ફોઈબા જુઠું તો કેમ બોલાય. મૂઈ તો મિઠડી પરાણે વહાલ કરાવે એવી છે.'

'બસ તો કેસ ક્લોઝ. આમાં કંઈ થઈ શકે નહીં. હું એને પરમેનન્ટ કરીશ અને પગાર પણ વધારી આપીશ. તમારી અદેખાઈને કારણે મારે સારી એમ્પ્લોયીને ગુમાવવી નથી.'

'પણ ગંગાફોઈ...'.

'પણ બણ કંઈ નહીં. તમારા મરદને કેમ સાચવવા તે તમને આવડતું નથી. મારે તો મારો બિઝનેશ સાચવવાનો અને વધારવાનો છે. ફૂવા કહેતા હતા કે મારો આળસુ અને લઘર-વઘર પેથો પણ હવે વ્યવસ્થીત અને વહેલો ઑફિસે જાય છે.'

'ફોઈ તમને તો તમારા ધંધાની પડી છે. અને અમને અમારી લાઈફની ચિંતા છે. અમારું દાંપત્ય જીવન સળગી રહ્યું છે. ' રક્ષાભાભી ફરી રડી પડ્યા. બધાની આંખોમાંથી રેલા ઉતરવા માંડ્યા.

'ઓકે, ઓકે. હું બધું સરખું કરી આપીશ, પણ તે પહેલા મારે મોનિકાને મળવું પડશે.

રક્ષા! મારો પેથો ભોળીયો છે. સીધો સાદો છે. ચિંતા કરતી નહીં. તું પણ જરા નવી ફેશનના કપડા પહેરતી થા. લઘર-વગર નિરાશ્રિત પહેરતા તેવા પંજાબી અને થ્રીફટ સ્તોમાંથી લાવેલા હોય એવા પેન્ટ-શર્ટ પહેરીને ફર્યા કરો તે આજના જમાનામાં કેમ ચાલે? ખરેખરતો ચાળીસે પહોંચ્યા પછીજ લેડિઝે સેક્સી દેખાવાની જરૂર છે. તમે બધા ભલે દેશી કંપનીમાં કામ કરો પણ જરા અમેરિકન ડ્રેસકૉડ સમજો અને અપનાવો. નવી પેઢીની ફેશન શીખો. જુઓ, હું તો ગામડાની સ્કુલમાં સાત ચોપડીજ ભણી છું પણ અમેરિકામાં જાતે જાતે ઘણું

શીખી છું. ઘરમાં ભલે દેશી ચરોતણીયણ છું પણ જ્યારે ક્લાયન્ટને કે કોઈ ઑફિસિયલ કામ માટે બહાર જાઉં છું ત્યારે થ્રી પિસ બિઝનેશ સ્યુટ પહેરીનેજ જ જાઉં છુંને! કાલથીજ તમારો દેખાવ અને રીતભાત બદલો. આપોઆપજ તમારી એફિસિયન્સી વધી જશે.'

ગંગાફોઈ અત્યારે ગાર્ગી મેડમ તરીકે, બોસ તરીકે શિખામણ આપતા હતા. એણે આરોહિને આદેશ આપ્યો.

'આવતી કાલે લંચ વખતે મોનિકાને અહીં લઈ આવજે. આપણે ત્રણ લંચ શાથેજ લઈશું. સાથે મોનિકાના ટેમ્પ એજન્સીના બધા પેપર્સ પણ લેતી આવજે. તમારા સિવાય બીજા કોઈને આ વાત કહેતી નહીં.'

બીજા દિવસે આરોહિની હાજરીમાં મોનિકાનો હોમ ઈન્ટર્વ્યુ શરૂ થયો.

મોનિકા! ગઈ કાલે રક્ષા આવી હતી. તારા ખુબ વખાણ કરતી હતી. તને અમારી ઓફિસમાં ગમી ગયુંને?... ફાવે છેને?...

યસ મેમ.

વ્હિલચેરમાં બેઠેલા જાજરમાન ગાર્ગી મેડમના હાથમાં મોનિકાની પરસનલ ફાઈલ હતી.

'આ પહેલા તું બેન્કમાં જોબ કરતી હતી ખરૂંને? બેન્કની જોબ કેમ છોડી દીધી?'

'મેમ, અમારી બ્રાન્ચ બંધ થઈ ગઈ. બધાને લે ઓફ મળી ગયો.'

પ્રવીણ શાસ્ત્રીની હલકી ફુલકી વાર્તાઓ

'બેન્કમાં કેટલો પગાર મળતો હતો?'

'વર્ષના તેત્રીસ હજાર.'

'અત્યારે એજન્સી શું આપે છે?'

'કલાકના માત્ર બાર ડોલર.'

'તારે કાયમને માટે મારી કંપનીમાં કામ કરવું છે?

'મને એ તક મળશે તો હું આપની આભારી રહીશ. કામની બાબતમાં તમને મારા વિશે કોઈ ફરિયાદ ન રહેશે તેની હું ખાત્રી આપું છું.'

'ઓકે. હું આજેજ એજન્સીને જણાવી દઈશ. કાલથી તને પરમેનન્ટ કરી દઈશું.

'અત્યારે તને કલાકના સોળ ડોલર આપીશ. છ મહિના પછી કામ અને જવાબદારી પ્રમાણે વધારાનું વિચારીશું. બરાબર છે? આર યુ હેપી નાવ?'

'યસ મેમ. આઈ ડોન્ટ હેવ વર્ડ્સ ટુ એક્ષપ્રેસ માય ગ્રેટિટ્યુડ.'

'રિમેમ્બર ઈન ઓફિસ, આઈ એમ યોર બોસ ગાર્ગી મેડમ. એટ હોમ આઈ એમ યોર લવીંગ આન્ટી. ધીસ ઈઝ ઈન્ડિયન ફેમિલી કંપની. યુ ઓલ આર માય ચિલ્ડ્રન. ફોર યુ, ઓલ કો-વર્કર્સ આર યોર બ્રધર્સ એન્ડ સિસ્ટર્સ.'

'હવે થોડી પર્સનલ વાત. તારે જવાબ ન આપવો હોય તો

મારો આગ્રહ નથી. તું સિંગલ છે. કોઈ બોયફ્રેન્ડ છે ખરો?'

'યસ મેમ.'

'એના વિષે તું કહી શકશે?'

મોનિકા જરા અચકાઈ, પણ પછી કહેવા માંડ્યું

'એનું નામ જ્યોર્જ છે. અમે હાઈસ્કુલમાં હતા ત્યારથીજ પ્રેમમાં છીએ. એ હાઈસ્કુલ અને કોલેજમાં સારો બાસ્કેટ બોલ પ્લેયર હતો. કેલોગ્સમાં પ્રોડ્કશન સુપરવાઈઝર હતો. અમે લગ્ન કરવાના હતા પણ અમારા બન્નેની જોબ છુટી ગઈ એટલે હવે રાહ જોવી પડશે. બાય ધ વે હી ઈઝ બ્લેક.' મોનિકાએ મોકળા મને જીવન કિતાબના પૃષ્ઠો ઉઘાડ્યા.

વેરી ગુડ. એને કુડલાઈનનો અનુભવ છે. મારા હસબન્ડને મજબુત હાથની મદદની જરુર છે. જો એને ફાવતું હોય તો એને માટે પણ કંઈ ગોઠવણ કરીશુ.

'હવે સાંભળ, આવતી કાલથી તારે તારા બૉસને પિટર કહેવાને બદલે પેથાભાઈ કહેજે.'

'સે પેથાભાઈ.

'પેથાબહાઈ.'

'નોટ પેથાબહાઈ. પેથાભાઈ.' આરોહિએ સુધાર્યુ.

'પેથાબહાઈ.' બિચારી મોનિકાથી ભ નો ઉચ્ચાર ન્હોતો થતો.

'ચાલશે'. ગંગાફોઈએ હસતા હસતા એપ્રુવલ આપી દીધી.

માસ્ટર પ્લાન તૈયાર થઈ ગયો.

આરોહિને મોનિકાના પગારની વાત સાંભળીને થોડી ઈર્ષ્યાતો થઈ પણ તે સમજુ હતી. મોનિકા એ પગારને લાયક હતી. ગંગાફોઈ લાગણીશીલ છતાંયે કુશળ ધંધાધારી હતા. એમને મન જો એક વ્યક્તિની હાજરીથી બાર વ્યક્તિની એફિસિયન્સી અને પ્રોડકટિવિટી વધતી હોય, થોડું ઓફિસ કલ્ચર બદલાતું હોય તો બે પૈસા વધારે ખર્ચવામાં ફાયદો જ છે.

ત્રીજે દિવસે ઑફિસનો માહોલ જુદોજ હતો. બધોજ લેડિઝ સ્ટાફ પાર્ટી ડ્રેસમાં આવ્યો હતો. અરે! મોનિકા પણ સરસ ભરેલી સાડીમાં આવી હતી. માત્ર આરોહિ જીતુને શૉક ટ્રિટમેન્ટ આપવા ટૂંકુ હોટ પેન્ટ અને ટાઈટ લૉ-કટ ટી-શર્ટ પહેર્યું હતું.

બધી મહિલાઓએ મૂંગે મોઢે દશ વાગ્યા સુધી બરાબર કામ કર્યા કર્યું. પેથાભાઈ અકળાયા. કેમ આજે આટલી બધી શાંતી છે. વિચારતા વિચારતા એ કેબિનમાંથી બહાર આવ્યા. રક્ષાભાભીને બદલે સીધા મોનિકા પાસે જ ગયા. એને સાડીમાં જોઈને મોંમાંથી 'ઓહ! વાઊવ' નીકળી ગયુ.

મોનિકાએ ઉભા થઈ કહ્યું 'પેથાબહાઈ નમસ્ટે'

'પિટરને બદલે પેઠાબહાઈ, ગુડ મોર્નિંગ ને બદલે નમસ્તે અને સ્કર્ટને બદલે સાડી! પેથાભાઈ વધુ વિચારે તે પહેલા મોનિકાએ

ડેસ્કના ડ્રોઅરમાંથી પૂજાની થાળી કાઢી. તેમાં તૈયાર રાખેલી આરતી સળગાવી. બાઘા બનેલા પેથાભાઈની આરતી ઉતારી. કપાળ પર તિલક કર્યું. ગોખી રાખેલું ગાવા માંડી. 'બહૈયા મેરે રાખી બહન્કો નિભાના. બહૈયા મેરે...ગાતાં ગાતાં પેથાભાઈના જમણા હાથ પર મોટ્ટી રાખડી બાંધી દીધી. પેથાભાઈ કંઈ બોલવા જાય તે પહેલા મોનિકાએ બે-ત્રણ પેંડા એમના મોંમાં ડાબી દીધા.

હા, આજે બળેવ હતી.

પછી તો બસ નાચતા-કુદતા મોનિકાએ જગદીશ જાડિયા, બલ્લુ બટકા, ત્ર્યંબક ટાલિયા, હિમાંશુ અને જીતુને પણ રાખડી બાંધી દીધી. છગનકાકાને પણ રાખડી બાંધી પ્રણામ કર્યા. બધી મહિલાઓ દરેક વખતે હસતાં હસતાં ગાતી હતી. ‘બહૈયા મેરે મોના બહનકો નિભાના....

ડઘાઈ ગયેલા જીતુ સામે રાખડી હલાવતા આરોહિએ મારકણી અદાથી તેને પૂછ્યું. મારી પાસે પણ બંધાવવી છે? કે પછી....

આરોહિ વધુ બોલે તે પહેલાજ જીતુએ એને બધાની હાજરીમાંજ ખેંચીને એના બે હોટ પર પોતાના બે હોટ ચાંપી દીધા. દિવેલીયા ડાચા સાથે બધા ભાઈઓએ રાખડી બંધાવી.

આરોહિ અને જીતુનું દીર્ઘ ચુંબન ચાલતું હતું તેજ વખતે ગંગાફોઈ અને ફૂવા ઓફિસમાં આવ્યા. ગંગાફોઈની વ્હિલચેર, પૂરા છ ફૂટ નવ ઈંચનો, કાળા ચમકતા ચહેરાવાળો, જાણે કોઈ મહેસાણાનો કાળો પાડો પાડો હોય તેવો માણસ પુશ કરતો હતો.

ગાર્ગી મેડમે ઓર્ડર કર્યો. 'હવે બધા ભાઈઓ મોના બહેનને અગીયાર-અગીયાર ડોલર આપી દો.'

રક્ષાભાભીએ પેથાભાઈને કહ્યું મારી નાની નણંદને અગીયાર નહીં પણ એકવીસ આપજો.

બધાએ કટાણાં મોંહ્યે વોલેટ ખોલ્યાં.

ગંગાફોઈએ જાહેર કર્યું કે આ છે જ્યોર્જ, આપણી મોનેકાનો આ બોય ફ્રેન્ડ છે. એ હવેથી આપણે ત્યાં પ્રોડક્શનમાં કામ કરશે.

'આઈ વોન્ટ ટુ આસ્ક સમથીંગ ટુ મોનિકા ઇન પ્રેઝન્ટ ઓફ યુ લવલી પીપલ્સ. મે આઈ?' જ્યોર્જે પેથાભાઈ બોસ ને નમ્રતાથી પૂછ્યું.

સ્યોર માઈ ફ્રેન્ડ. ગો એહેડ.

જ્યોર્જે ગજવામાંથી એક લાલ ડબ્બી કાઢી. મોના સામે ઘૂંટણીએ બેઠો. મોનિકા માય ડાર્લિંગ, વીલ યુ મેરી મી.

'યસ માય લવ. યસ આઈ વીલ.'

તાળીઓના ગડગડાટ વચ્ચે પેથાભાઈનો બડબડાટ કોઈએ ન સાંભળ્યો. પેથાભાઈ બબડતા હતા...આ ડોશીએ તો ડાટ વાળ્યો.

3 કાંતાસાસુની અફલાતૂન ડોટર ઈન લૉ કેતકી.

કેતકી કેતનને પરણીને કાંતાબેનની વહુ બનીને મુંબઈથી વડોદરા આવી. કેતકી સુંદર હતી. તો કેતન પણ ઓછો કામણગારો ન હતો. ફેસબુક પરની અદા, ફેસબુક પરની શાયરીઓ, દિલધડક કોમેન્ટો. ફેસબુક ફ્રેન્ડમાંથી બસ ફ્રેન્ડ બની ગયા. પછી ફ્રેન્ડશીપ કાંઈ ઈલ્લુ ઈલ્લુમાં ફેરવાતા વાર લાગે? રોજ રાત્રે નવથી રાત્રે એક-બે વાગ્યા સૂધી વેબપર વાતોના વડા તળાય. બીજી સવારે સ્ક્રિન પરથી હોઠના ડાઘા સાફ કરવા પડે. કેતન તો કોલેજમાં સાહિત્યનો પ્રોફેસર. રૂપાળોએ ખરો.

એક મહિનો...છ મહિના....એક વર્ષ.....દોઢ વર્ષ.....બે વર્ષ......બાવીશ વાર કેતન દોડ્યો. મુંબઈ. શું વાત થઈ રામ જાણે. વાતો જ વાતો. પ્રેમની વાતો. ઈસ્કની વાતો. પ્યારની વાતો. લવની વાતો અને સેક્સ?...વો તો હોગા હી. કેતકી એડ્યુકેટેડ છે. બીઝનેશવુમન છે. કેતન પ્રોફેસર છે. હેન્ડસમ છે.

પાસ્ટ? હુ કેર્સ. ફ્યુચર? વ્હાઈ ટુ વરી. બસ. ઓન્લી પ્રેસન્ટ.

કડક પિતા કુંદનલાલ અને કોમળ માતા કાંતાબેનને દીકરા કેતને વ્હાલી વ્હાલી નોટીસ ફટકારી દીધી. 'પરણીશ તો કેતકીને જ નહીં તો બાવો થઈ જઈશ.'

દીકરો કદાચ આસારામ બાવો થઇ જાય તો? બોલવામાં

ચબરાક છે. માત્ર દાઢી જ વધારવાની જરૂર છે. ના ભઈ ના.... માંબાપે હથીયાર હેઠા મુક્યા. જેવું નસીબ જેવું ભાગ્ય. દીકરો અભણ નથી.

કુંદનલાલની નોકરી પોલિસ ખાતામાં. બધી તપાસ થઈ ગઈ. છોકરી કાકાને ત્યાં ઉછરી છે. કાકાનો એડવર્ટાઈઝિંગ અને માર્કેટિંગનો મોટો બિઝનેશ છે. ખમતા આસામી છે. મૂળ કાઠીયાવાડી બ્રાહ્મણ છે. છોકરી એમ. કોમ થયેલી છે. બીજા કોઈ લફરા નથી. બસ હથીયાર હેઠા મુકવામાં જ માલ છે. કાંતાબેનને એકના એક દેહાઈ દીકરાનો વાંકડો ગુમાવ્યાનો અફસોસ. પણ દીકરાને “તારુ કરેલું તું ભોગવ” ના આશીર્વાદ આપી દીધા.

કેતકીએ કહ્યું ‘કાન્ટ વેઈટ એનીમોર. તરસ રહી હૂં. તડપ રહી હૂં આ જા મેરે લવ.’

‘મૈં આ રહા હૂં.’

‘બસ આ જા. સમાજા મુજમેં.’

કેતન તો પહોંચ્યો સીધો મુંબઈ. ટેક્ષીમા સીધો કેતકીની ઓફિસ પર. કેતકી તો માર્કેટિંગ રિસર્ચની મોટી ડાયરેક્ટર. વ્હાલા ધનાઢ્ય કાકાની એકની એક લાડકી ભત્રીજી. કેતનને ગ્લાસ કેબીનમાંથી આવતો જોયો. દોડી. વળગી પડી. સ્ટાફની હાજરીમાં જ ચાર હોઠ ભેગા થઈ ગયા. કાકાએ પણ જોયું.

કાકાએ કેતનને માત્ર એક સવાલ પૂછ્યો, ‘તું કેતકીને જીવનભર આવો જ પ્રેમ કરી શકશે? એઝ ઈઝ? કેતને હોઠ અને ગાલ ક્લીન કરતા વન વર્ડ રિપ્લાય વાળ્યો "સ્યોર".

બન્ને સાથે જાવ અને તમારા પેરન્ટ્સના આશિર્વાદ લઈ

આવો. શતાબ્દી એમની જ રાહ જોતી હતી. ટ્રેઈનમાં શાયરી કાવ્યો, ગઝલોના રંગીન ફુવારા ઊડતા રહ્યા.

બરોડા પહોંચ્યા. કાંતાબેન અને પિતાશ્રી મિસ્ટર કુંદનલાલ દેસાઈ પોલિસ ઈન્સ્પેકટરના આશિર્વાદ મળી ગયા. બધું જ સારું. બધાને જ મનગમતું. બધા જ ઉદારમતવાદી. શરણાઈ વાગે જ ને? શરણાઈ વાગી જ. વાંકડોતો મંગાય એમ ન હતો. પણ, વગર માંગ્યે અંકલે ટ્રક ભરીને મોકલેલા સામાનથી ઘરમાં ચલવાની પણ સ્પેસ ન્હોતી.

કાકાએ બરોડામાં બ્રાન્ચ નાંખી. કેતકી જનરલ મેનેજર. કેતને માસ્તરગીરી છોડી દીધી. કેતન બન્યો આસિસ્ટન્ટ મેનેજર. પગાર પણ પ્રોફેસરગીરી કરતાં દોઢો.

કાંતાસાસુ કહે ‘બહુરાની, તારા પિયરિયા જેટલા અમે કુલ્લી રીચ નથી. હું તો ઓલ વર્ક સેલ્ફ જ કરું છું.’

મધર ઈન લો કાંતાબેન. એમતો એસ.એસ.સી ફેઈલ. પણ પરપ્રાંતિય પોલિસ ઓફીસરોની વાઈફો સાથે વાત કરતાં કરતાં ઈંગ્લીસ કોમ્યુનિકેશનમાં એક્ષપર્ટ થઈ ગયેલા. એમણે ગુજરાતીમાં અંગ્રેજી એટલે કે ગુજઈંગ્લીશ ભાષામાં પી.એચ.ડી મળે એટલું નોલેજ મેળવી લીધેલું. સન અને હસબંડની ના છતાં બધાની સાથે ગુજઈંગ્લીશમાં જ વાત ઠોક્યા કરતા.

ઈટ્સ ઓકે મમ્મીજી. નો પ્રોબલેમ. તમ તમારી રીતે કરતા રહો. આઈ વૉન્ટ ઇન્ટરર્ફિયર ઈન યોર વર્ક.

કેતન કહે બાનો કહેવાનો મતલબ એ કે તારે પણ જાતે કામ કરવું પડશે.

પ્રવીણ શાસ્ત્રીની હલકી ફુલકી વાર્તાઓ

ઈટ્સ ઓકે મમ્મીજી. નો પ્રોબ્લેમ. હું જ્યારે ફ્રી હોઈશ ત્યારે બધું સાથે કરી નાંખીશું. નો પ્રોબલેમ. હું તમારા કામનું પ્લાનીંગ કરી આપીશ. શેરીગ ધ વર્ક. ટીમ વર્ક. વર્ક મેનેજમેન્ટ ઈઝ માય ફેવરિટ સબ્જેક્ટ. આઈ એમ એન એક્સપર્ટ.

સવારે કેતકી ઊઠી ત્યારે ઈન્સ્પકટર સાહેબ પેપર વાંચતા હતા અને સાસુજી પતિદેવના બુટને પાલીશ કરતા હતા.

"ઓહ નો, મમ્મીજી તમારે આ કામ કરવાનું ન હોય. આતો પપ્પાજી નું જ કામ કહેવાય. પપ્પાજી, ટ્રેનિંગ વખતે કે પરેડ માટે તમે જાતે જ તમારા બુટપાલિસ કરતા હતાને? ઈટ્સા પાર્ટ ઓફ યોર ડ્યુટી. મમ્મીજી આ તો રોજ પપ્પાજીએ જ કરવાનું. કેમ પપ્પાજી બરાબરને? ચાલો મમ્મીજી પપ્પાજી ને આઈ લવ યુ કહી દો અને અમને બુટ આપી દો..

આપણે કિચનમાં જઈએ મને તો આ ટાઈમે ચા જોઈએ જ. મમ્મીજી, કેતન કહેતો હતો ચા તો મમ્મીજી ના હાથની જ. મસાલો કુધનાનું મેઝરમેન્ટ   મમ્મીજી જેવું કોઈનું નહીં. મમ્મી મને અમદાવાદી કટિંગ ચા ન ફાવે. મને તો ચા હોય કે કોફી. દોઢ મગ તો ખરું જ. તમારી ચા સરસ જ હશે. યોર ટી મસ્ટ બી મસ્ત મસ્ત ટેસ્ટી. જરા વધારે બનાવજો હોં. મૉમ યુ આર ગ્રેટ.

કેતનનો કિચનમાં પ્રવેશ થયો. પપ્પા સૂઝ પોલિસ કરતા હતા.

'મમ્મીજી, યોર સન ઈઝ ગ્રેટ પોએટ. કાલે નાઈટમાં એટલી સરસ શાયરીઓ સંભળાવી, વાહ વાહ, દોબારા દોબારા કરતા થાકી જવાયું. રોમેન્ટિક શાયરી પછીનો રોમાન્સ ટાઈમ મજાનો જ હોયને!'

પ્રવીણ શાસ્ત્રી

'મમ્મીજી, પપ્પાજી "ગુડ ટાઈમ" પહેલા તમને શાયરી સંભળાવતા કે ફિલ્મી ડાયલોગ મારતા?' યુ નો, વોટ આઈ મીન.

બુટપોલિસ કરતા પપ્પાજી નો ફોજદારી ચહેરો લાલ થતો હતો. માં દીકરા કેતકી વહુની વાત સાંભળી થરથરતા હતા. હમણાં લાવા નીકળશે. સસરાજીનો લાલચોળ ચહેરો જોઈને કેતકી લાડકું હસી.

"લુક મમ્મીજી, પપ્પાજી કેવા શરમાઈ ગયા. કડક સ્વભાવના ઈન્સ્પેકટર સાહેબે આંખ બંધ કરી બેવાર ઊંડો શ્વાસ લીધો અને મૂક્યો. હંમેશા ત્રાડ નાંખતા પપ્પાએ દાંત પીસીને ખૂબ ધીમેથી કહ્યું 'કેતકીઈઈઈ, મોટા સાથે બોલવાનું ભાન રાખ.'

'ઈટ્સ ઓકે પપ્પાજી. નો પ્રોબલેમ. બટ આપણે આપણી ફિલિંગમાં ઓપન રહેવું જોઈએ.'

ઈન્સ્પેકટર સાહેબે દીકરાના પ્રેમને કારણે ગુસ્સાની ફિલિંગ ઓપન કરવાને બદલે ક્લોઝ કરી દીધી. યુનિફોર્મ ચડાવી બાઈક મારી મૂકી.

કેતકીએ ચાનું મગ લીધું. મગ લઈને એણે ઈકોનોમિક્સ ટાઈમ વાંચવા માડ્યું. ચાની પહેલી ચૂસકી.... મોંમાથી એક સીટી.

'વાઉવ...મમ્મીજી, ફેન્ટાસ્ટીક... અફલાતુન... સુપર્બ ટી. નરેન્દ્ર મોદીએ પણ આવી ચા બનાવી ન હોય. મમ્મીજી વન ડે યુ વીલ બી પ્રાયમિનિસ્ટર.'

મમ્મીજી વોઝ સ્પીચલેસ.

એણે અંકલને ફોન કર્યો. 'અંકલ, મમ્મીજી ઈઝ ગ્રેટ કુક. મેં મારી હોલ લાઈફમાં આવી સરસ ચા પીધી નથી.'

કનુ ડિયર, (કેતન હવે કનુ થઈ ગયો.) 'આજે મારે શાવર લઈને સીધા ઓફિસે ભાગવું પડશે. ક્લાયંટ સાથે બે મિટિંગ છે. તું મોડો આવશે તો ચાલશે. મમ્મીજી ને કુકિંગમાં હેલ્પ કરજે અને ટિફીન લઈને લંચ ટાઈમે ઓફિસ પર આવી રહેજે. આપણે સાથે લંચ લઈશું.' કનુને પણ લાગ્યું કે આ સિચ્યુએશન રિવર્સ હોવી જોઈએ.

કેતુએ ઘરે રોકાઈને મમ્મીને હેલ્પ કરવી જોઈએ અને મારે મિટીંગ એટેન્ડ કરવી જોઈએ.

મમ્મીએ નિસાસો નાંખી માત્ર એટલું જ કહ્યું. 'મીઠડી લુચ્ચી ને કામચોર છે.'

અને એ લુચ્ચી મીઠડીએ તે જ બપોરે મમ્મીજીને ફોન કરીને કહ્યું હતું "મમ્મીજી તમે તો આખો દિવસ કામ કરીને કેટલા બધા થાકી જતા હશો. પ્લીઝ આજે તમે એકદમ ફુલ્લી રેસ્ટ કરજો. આઈ હેવ પરફેક્ટ પ્લાન ફોર ડિનર. કાંતાબેન હરખાયા. ચાલો કેતકીવહુના હાથની રસોઈનો સ્વાદ માણવાનો મળશે. પણ.... કેતકીને બદલે "કરિશ્મા આહાર રેસ્ટોરાન્ટ"માંથી બે દિવસ ચાલે એટલો આહાર આવી ગયો હતો.

ત્રીજે દિવસે મમ્મીજી માટે લેટેસ્ટ ફેશનના સલવાર પાઈજામા આવી ગયા. મમ્મી હવે તમારે સાડીને બદલે આ ડ્રેસ પહેરીને જ પપ્પા સાથે બાઈક પર જવાનું. મમ્મીજીની મોડર્ન સ્ટાઈલ એટલે, બહુ બહુ તો શિલ્પા શેટ્ટીની જેમ બેલીબટન નીચેથી સાડી પહેરવી.

કાંતાબેને કોઈપણ દિવસ આવા કપડા પહેર્યા ન હતા. પણ કેતકીએ હઠ કરીને પહેરાવ્યા ત્યારે જ રહી. ઈંસ્પેક્ટર દેસાઈએ સાંજે

ડ્યુટી પરથી આવી ગૃહપ્રવેશ કર્યો. પપ્પાજી પપ્પાજી આજે તમારી ગર્લફ્રેન્ડને ડર્ટી પિકચર જોવા જવું છે. તૈયાર થઈને બેઠા છે. રોમેન્ટિક ડિનર પણ બહાર જ લઈ લેજો હોં. ફોજદારી ઘાંટો ગળામાંથી બહાર આવ્યો. 'કેતકીઈઈઈ.. મોટાની આમન્યા રાખતા તને કોઈએ શીખવ્યું નથી?

'ઓકે પપ્પાજી, નો પ્રોબ્લેમ. આઈ વીલ બી ગુડ સ્ટુડન્ટ. કાલથી રોજ અડધો કલાક તમારી પાસે આમન્યા લેશન લઈશ બસ; મજા આવશે. પણ મને ખીજાશો નહીં. મને ક્રાય આવી જાય.'

'પપ્પાજી એક બીજી વાત. હજુ તમને રિટાયર થવાની તો બે વર્ષની વાર છે. યુ આર યંગ હેન્ડસમ જેન્ટલમેન. એકદમ રિયલ દબંગ લાગો છો. .. સલમાન...નો ક્લાસ. ને તમારા બન્નેનું ક્રિએશન એટલે કેતન. એકદમ આઉટ સ્ટેન્ડિંગ.આઈ એમ લકી. કેતન ઈઝ હેન્ડસમ બીકોઝ ઓફ યુ. મમ્મીજી ઈઝ ઓલસો રિયલી લકી ગર્લ.'

કેતન અકળાયો. મનમાં વિચારતો હતો આ ગાંડુને ક્યાં ઘરમાં લઈ આવ્યો.

પણ ના. એ ક્યાં ગાંડી હતી. રાત્રે પ્યારની શાયરીઓ સાથેની મદહોશ ક્રિડાઓ વેળા એ ક્યાં ગાંડી લાગતી હતી? અને ઓફિસમાં પણ ક્યાં ગાંડી વાત કરતી હતી? ઓફિસમાંતો એકદમ સોબર. બ્રાન્ચ શરૂ કર્યાને ગણત્રીના દિવસોમાં તો સાત એકાઉન્ટ્સ મેળવી લીધા. એ દોડતી રહી અને હનીડાર્લિંગ, માય લવ કહીને મને પણ દોડાવતી રહી.

પણ ઘરકામ...? ઈટ્સ ઓકે...નો પ્રોબલેમ કહેતી જાય ને કામને રામ રામ કરતી જાય. મમ્મી કહે છે તે સાચી વાત જ છે.

મીઠડી કામચોર છે.

ગૃહિણીની ફરજો કે સાસુ સસરાની માન મર્યાદાનું ભાન જ નથી. મારે જ એને ગૃહિણી બનાવવી પડશે.

'કેતુ ડિયર (કેતકી હવે કેતુ ડિયર બની ગઈ) જો તને ટાઈમ હોય તો પ્લીઝ, મારા બે શર્ટને ઇસ્ત્રી કરી નાંખજેને.' કેતનએ હળવેથી પોતાની જાતને પ્રેમીમાંથી પતિમાં ફેરવી.'

'ઓકે ડિયર નો પ્રોબલેમ. તેરે લીયે મૈં કુછ બી કરુંગી.'

બીજે દિવસે કબાટમાં બે સરસ શર્ટ લટકતા હતા.

'આ ક્યાં મારા શર્ટ છે?'

'ડિયર યે શર્ટ ભી આપકા હૈ ઔર મેં ભી આપકી હી હું.'

'પણ મારા શર્ટ ક્યાં છે?'

ખૂણા પરના વેસ્ટબીનમાંથી ઇસ્ત્રીથી બળેલા બે શર્ટ લાવીને બતાવ્યા. 'મારા હેન્ડસમ હસબન્ડથી આવા શર્ટ પહેરાય? પપ્પા મમ્મીની ઈજ્જત જાયને? હુંતો નવા જ લઈ આવી.' કેતુને શું બોલવું તે સમજાયું નહીં.

અને ત્યાર પછીના બે દિવસ પછીની વાત....

મધર ઈન લો કાંતાબેન, એકદમ "દેહણ સાસુ" બની ગયા. એકદમ સ્ટોંગઓર્ડર છૂટ્યો.

'કેતકી આજે ચારજણા માટે રોટલી તારે જ બનાવવાની છે'

સાસુજીએ હિંચકે બેસીને એકતા કપુરનો ટીપીઆર વધારવા માંડ્યો. એક આંખ ટીવી પર અને બીજી આંખ કેતકી પર.

"ઓકે. નો પ્રોબલેમ" ટેવ પ્રમાણે આનંદી ચહેરા સાથે બોલતા તો બોલી દીધું પણ ખરેખર નો પ્રોબલેમને બદલે બીગ

પ્રોબ્લેમ બોલવું જોયતું હતું. આજે સાસુજી લલિતાપવારના રોલમાં હતા. આજે કેતકીના લાડકવેડા ચાલે એવું લાગતું ન હતું.

એણે ઘણાં લોટમાં થોડું પાણી નાંખ્યું. લોટ સખત જ હતો. એણે ઈશારતથી કનુ ને બોલાવ્યો. કનુ એ ઈશારતથી સમજાવ્યું 'નીડ મોર વોટર'. કેતુએ ત્રણચાર ગ્લાસ ભરીને લોટમાં પાણી રેડી દીધું. લોટ રબડી જેવો થઈ ગયો.

OMG. આંખમાના પાણીએ રબડી ખારી બનાવી. હિંચકે ઝૂલતા મમ્મીજીએ આ જોયું. એમનામાં 'દેહણ' સાસુ પ્રગટ્યા. એણે સીધી સિક્સર ફટકારી.

"રોટલી કરતા ન આવડતું હોય તો મમ્મી પાસે શિખવું જોઈએને?"

એણે ન્યુઝ પેપરમાં વાંચ્યું હતું કે બગડી ગયેલી મધર ઈન લો ને સુધારવા ડોટર ઈન લો એ જાતે જ ફાયર કરીને બર્ન થઈ જવું પડે. ઓકે નો પ્રોબલેમ...

બસ, કેતકીએતો પાસે પડેલી તેલની બરણી પોતાના માથા પર રેડી. પાસે ગેસ લાઈટર પડ્યું હતું. એણે ટ્રીગર કરી જોયું પણ સ્પાર્ક થતો ન હતો.

'અરે! અરે! આ તું શું કરે છે?' કેતને દોડતા આવીને એના હાથમાંથી ગેસ લાઈટર ઝૂટવી લીધું.

'હની, માય ડાર્લિંગ વોટ્સ ધ હેલ આર યુ ડુઈંગ?'

'હું મમ્મી પાસે રોટલી બનાવવાનું શીખવા જાઉં છું.'

'જો હની, તેં તો એને જોઈ જ નથી. એના એડ્રેસ પર જઈશ તો પણ ઘણી બધી લેડિઝમાંથી તારી મૉમને કેવી રીતે ઓળખીશ?'

વાત સાચી જ હતી. કેતકીને જન્મ આપીને એની માં તો તરત જ દેવલોક પામી હતી. છ વર્ષની ઉમ્મર સૂધી બાપે ગરીબાઈમાં ઉછેરી હતી. બાપ શુધ્ધ બ્રાહ્મણ. કાકા બધી વાતે પૂરા. લગ્ન ન્હોતા કર્યા પણ અનુકૂળતા પ્રમાણે સર્વ સુખ માણી લેતા. ફૂટપાથ પરના ફેરિયામાંથી દવાના સેલ્સમેન, અને ત્યાંથી મોટી કંપનીના મેનેજર અને આગળ વધીને પોતાની માર્કેટિંગ એજન્સી અને ફિલ્મ પ્રમોશનના મોટા પ્રમોટર બની ગયા.

કાકાને કેતકીના પિતા સાથે કોઈક કારણે મતભેદ હતો. બન્ને એકબીજા માટે તડપતા પણ જ્યારે ભેગા થતા ત્યારે હંમેશા ઘાંટા પાડીને લડતા. કાકા બાપને પૈસા આપતા તો બાપુ એ પૈસાના બંડલ નાનાભાઈના મોં પર મારતા.

કેતકીના બાપ મરણ પથારીએ હતા ત્યારે પણ છેલ્લી વખતે લડ્યા જ હતા. કાકાએ કહ્યું હતું તું તારે સુખે થી ચિતામાં બળજે. આખી જીંદગી તેં તો મારી પાસે કશું લીધું નથી. પણ હુંતો તારી દીકરીને મારી દીકરી બનાવીને લઈ જ જવાનો. ઉપર બેઠા બેઠા મારી સામે ડોળા કાઢ્યા કરજે.

અને છ વર્ષની કેતકી દીકરીને રાજકુંવરીની જેમ ઉછેરી. ભણાવી, માર્કેટિંગ કંપનીમાં ભાગીદાર અને ભવિષ્યની વારસદાર બનાવી પણ રાંધતા-ઘરકામ કરતા ન કેળવી...જરૂર પણ ન હતીને.

અંકલે એની લાડકી દીકરીને કિચન ક્વીન ન્હોતી બનાવી. બિઝનેશ પ્રિન્સેસ બનાવી. લગ્ન પછીના પોટેન્સીયલ પ્રોબ્લેમ કાકા ભત્રીજીના ધ્યાનમાં જ ન આવ્યા.

“દેહણ સાસુમાં” હજુ નિરાંતે હિંચકે ઝૂલતા હતા. જાણતા હતા

કે દીકરાએ મામલો સંભળી લીધો છે. હૈયામાં ધરપત હતી. એમણે એક બીજી સિક્સર ફટકારી. "કેતુ બેટી, આવા કામમાં 3000 હજાર રૂપિયાનો ખાવાના તેલનો ડબ્બો ના બગાડાય, આમ કરવા માટે બધી વહુઓ કેરોસીન વાપરે છે. અને આપણે ત્યાં કેરોસીન પણ નથી."

આ કેવી નિષ્ઠુર મધર ઈન લૉ! બીલકુલ દયાનું ડ્રોપ પણ નહીં! બસ કાલે કેરોસીનના બે ત્રણ ડબ્બા લઈ આવીશ.

કેતકી આવું વિચારતી હતી અને મર્સીલેશ મધર ઈન લૉએ ત્રીજી સિકસર ઠોકી દીધી.

'દીકરા તારી વાઈફ બ્લાઈન્ડ પણ છે. એની એકની એક મમ્મીજી હિંચકે ઝૂલે છે તે દેખાતું નથી અને એડ્રેસ વગરની મધરને શોધવા આપણાં ઘરનું તેલ ઢોળે છે. મોઢે થી બાર્ક નથી થતું કે મને રસોઈ કરતાં નથી આવડતું.'

'માય ડિયર એકની એક સ્ટુપિડ ડોટર ઈન લો, ઈયર ઓપન કરીને હિયર કરી લે, તારા માઈન્ડમાં એવું અંડરસ્ટેન્ડ નંઈ કરતી કે મને કંઈ અંડરસ્ટેન્ડ નથી થતું. આઈ નો કે તને કુકીંગ કરતા આવડતુંજ નથી. મને રિક્વેસ્ટ કરે તો હું તને એવરિથીંગ શિખવીશ. આઈ એમ યોર લીવીંગ મમ્મીજી.'

અને તેલવાળા કપડે કેતકી કાન્તા મધરને વળગી પડી.

'મમ્મીજી મને કુકીંગ કરતા શીખવશો ને? થેન્ક્યુ મમ્મીજી. આઈ લવ યુ મમ્મીજી.'

****

ત્રીજી સવારે ઘરમાં એક નોકર ઇન્સ્પેકટ સાહેબના બુટસ ચમકાવતો હતો. એક બાઈ કચરો વાળતી હતી. બે બહેનો કિચનમાં કુકીંગ કરતી હતી. કાંતાસાસુ આસ્થા ચેનલ જોતા જોતા કેતકી વહુને

મસાલેદાર ચા કેમ બનાવવી તેની રૈસેપી લખાવતા હતા.

૪ જીંજર માસી.

માત્ર ત્રણ મહિના પહેલાની જ વાત છે.

"બધા જ લોકલ ન્યુઝ પેપરના ફ્રંટ પેઈજ પર આ જ સમાચાર હતા"

"મ્યુનિસિપલ કોર્પોરેશનના સભ્ય જેઠાલાલને તેમના પત્ની દ્વારા પડેલો માર."

"જેઠાલાલ ઝૂડાયા ચંપલ પ્રહારથી."

"કોલગર્લની સેવા પામતા જેઠુકાકા પામ્યા પત્ની જીજરમાસીનો જૂતા પ્રસાદ."

સેવાભાવી ગણાતા વિનમ્ર કોર્પોરેટર જેઠાલાલ તમાકુવાલા, પેરેડાઈઝ હોટલરૂમમાં કોલગર્લ સાથે મજા માણતા રંગે હાથ પકડાયા. એમના તેજાબી પત્ની જમનાબેન જેઓ જીંજરમાસી તરીકે જાણીતા છે તેમને ખબર પડતાં જ તેઓ હોટલમાં ધસી ગયા હતા. હોટલ મેનેજર પાસેથી માસ્ટરકી ઝૂંટવી લઈ જેઠાલાલની રૂમ પર છાપો માર્યો હતો. જ્યારે પત્રકારો પહોંચા ત્યારે કોલગર્લ નાસી છૂટી હતી એટલે એની ઓળખ શક્ય બની ન હતી. જેઠાલાલનું ધોતિયું અને કફની ટેબલ પર વ્યવસ્થિત મૂકાયલા હતા અને એઓ માત્ર એમના બોક્ષર અંડરવેરમાં જ જણાયા હતા. જીંજરમાસી તરીકે ઓળખાતા જમનાબેને જેઠાલાલને એમની ચંપલથી પત્રકારો અને કેમેરાની સામે ઝૂડી નાંખ્યા હતા. પાંચ મિનિટની જેઠાલાલની નાલોશીભરી ધોલાઈના આ નાટક પછી બેડશીટ ઓઢાડીને કોર્પોરેટર

જેઠાલાલને જીંજરમાસીએ તેમની બીએમડબલ્યુની પેસેન્જર સીટમાં ધકેલી દીધા હતા. જીંજરમાસી જાતે ડ્રાઈવ કરીને એમના 'કૃષ્ણ ભુવન'માં પહોચી ગયા હતા. એમના બંગલા બહાર પત્રકારોએ ચાર કલાક સૂધી રસપ્રદ સમાચારની આશાએ ધામા નાંખ્યા હતા. ચાર કલાક પછી જીંજરમાસી બહાર આવ્યા હતા. એમની આંખ અને ચહેરો લાલચોળ હતો.

"દોસ્તો, એક સ્ત્રીને માટે, એક પત્નીને માટે આવા પતિઓ જે દુઃખ સર્જે છે તે માત્ર સ્ત્રી જ સમજી શકે. પણ આ સમય દુઃખના રોદણાં રડવાનો નથી. આજનો જમાનો પ્રતિકાર કરવાનો છે. આજે મારા પ્રતિભાવ કે સમાચાર લેવાના ઉદ્દેશથી તમે ભેગા થયા છો."

"દોસ્તો, મારા પતિ જેઠાલાલે ગંભીર ભૂલ કરી છે. એ ભૂલની સજા તો એમણે ભોગવી જ છે અને હજુ પણ ભોગવશે જ. એમણે મારી માફી માંગી છે. અમારા પાંત્રીસ વર્ષના લગ્ન જીવનમાં બનેલો આજનો બનાવ પહેલો જ છે. એ મારા જીવનને કઈ દીશામાં દોરી જશે એ હું જાણતી નથી. મારે મારા અંગત જીવનમાં શું કરવું તે નક્કી કરી હું આવતી કાલની સાતમા વોર્ડની ઈલેક્શનની જાહેર સભામાં જણાવીશ."

જેઠાલાલના બાપદાદાની બીડી તમાકુની દુકાન હતી. જેઠાલાલની ઇન્ટર આર્ટ્સની પરીક્ષાના દિવસે જ એમના પિતાશ્રીનું અવસાન

થયું. પરીક્ષા, અભ્યાસ, કોલેજ બધું જ રાજા છાપ બીડીમાં ફૂંકાઈ ગયું. એ સીધા સાદા જેઠાલાલ પર એની સાથે જ ભણતી જમના જીંજર ની નજર હતી. એ ગ્રેડ્યુએટ થઈ અને જ્ઞાતીની જ હતી એટલે નિરવિઘ્ને બન્ને લગ્નથી જોડાઈ ગયા. કહ્યાગરા જેઠાલાલે ધંધાને જમનાદેવીની સલાહ પ્રમાણે આગળ વધાર્યો.

જેઠાલાલ તો બિચારા ભગવાનના માણસ. સીધા સાદા મળતાવળા માણસ. બધાની સાથે વાત કરતી વખતે એના હાથ જોડાયલા જ હોય. જરા પોતા કરતાં ઓછી ઉંચાઈનો કે નીચો માણસ હોય તો એના બન્ને હાથ પ્રેમ પૂર્વક તે વ્યક્તિના ખભા પર મૂકીને લાગણી પૂર્વક વાત કરવાની ટેવ. એમાં મહિલા હોય તો સ્વાભાવિક રીતે જ નીચી હોવાની. એમની મહિલાઓની સાથેની સદ્ભાવના પુરુષોને અદેખાઈ કરાવતી. આમ છતાં કોઈ પણ મહિલાએ આ બાબતનો ખોટો અર્થ ઘટાવ્યો ન હતો.

જ્યારે એમના વોર્ડના કોર્પોરેટર ગુજરી ગયા એ વખતે એ વોર્ડના આગેવાનોએ એમને બીનહરીફ તરીકે મ્યુનિસિપલ કોર્પોરેશનમાં બેસાડી દીધા. પછી તો આજની ઘડી અને કાલનો દિવસ. આજે ચારચાર ઈલેક્શન પછી પણ એમની ખુરસી સલામત રહી છે. એમના હાથ હંમેશા નમસ્કાર મુદ્રામાં જ જોડાયલા કે કોઈના ખભા પર ચોંટેલા જ જણાય છે.

એક બે ચોખલીયા માસ્તરો એની સામે કાયમ ઉભા રહેતા હતા. પણ એમણે એમની ડિપોઝીટ ગુમાવી હતી. એઓ પોતાના વોર્ડમાં ફરતા રહેતા. નાના મોટાને હાથ જોડીને મળતા રહેતા. નાના માણસોના

નાના કામો પ્રેમ પૂર્વક કરતા રહેતા, એમના હાથ નમસ્કાર મુદ્રામાં જોડાયલા જ રહેતા.

એ જોડાયલા હાથ મોટાઓના મોટા કામ માટે ખોબો બની જતા. મોટાઓનું મોટું અને ખોટું કામ પણ સહેલાઈથી પાર પડતું અને જેઠાલાલની સમૃધ્ધી પણ વધતી જતી. એમ તો એ મેયર પણ બની શકે એમ હતા; પણ મેયર બન્યા વગર, જવાબદારી વગર મેયરના અધિકારો ભોગવવાની આવડત એઓ એમની પત્ની જીંજરમાસીએ જ શિખવી હતી. મોટાના ખોટા કામો જીજરમાસીના માર્ગદર્શન હેઠળ જ થતાં. તમાકુ અને બીડીની દુકાનને બદલે એરકંડિશન ઓફિસમાંથી બીડી, સિગરેટ, તમાકુ, માવો, ગુટકા, અને વિદેશી બાટલીઓનો જથ્થાબંધ વેપાર થતો. જીંજરમાસી અંગત રીતે માનતા કે ભલે ગાંધીજી અને ગુજરાત સરકાર દારુબંધીને માટે આગ્રહ રાખતા હોય પણ કાયદા ના વાડામાં, વ્યવસ્થીત રીતે ટ્રકો પસાર થઈ જાય એવા મોટાં હોલ પણ રાખેલા જ હોય છે. આમ છતાં જેઠાલાલે કે જીંજર માસીએ તમાકુ, બીડી, સિગરેટ, ગુટકો, માવો, વાઈન મોંમાં ન્હોતા મૂક્યા. જીવવા માટે વેપાર તો કરવો જ પડે. જેઠાલાલના અમદાવાદ, બોમ્બે અને દિલ્હીમાં ફ્લેટ વધતા જતા હતા. આમ છતાં એ વોર્ડની પ્રજાના સેવક હતા. દરેક ઈલેક્શન વખતે પોતે પોતાના વોર્ડ માટે શું અને કેટલું કર્યું તેમાં કહેવાપણું હતું જ નહીં. એઓ ચૂટણી સભામાં હસતે મોંએ બેસી રહેતા. થોડા આમ આદમીઓ આવીને જેઠુકાકાએ પોતાને કઈ રીતે મદદ કરેલી તે બિરદાવતા. પછી જીંજરમાસીના હાથમાં માઈક આવતું. એ કોર્ડલેશ માઈક લઈને સ્ટેજના એક ખૂણા પરથી બીજે

ખૂણેથી તેજાબી ભાષામાં હરીફ કેન્ડિડેટની ધોલાઈ કરતા. પ્રતિસ્પર્ધીઓની સાચી ખોટી પોલ ઉઘાડી પાડતા. તીખી-ચચરાટવાળી વાતોને કારણે એમને જીંજરમાસી બિરૂદ મળ્યું હતું. મત તો જેઠુકાકાને જ આપવાનો છે. બસ જીંજરમાસીને સાંભળવા માટે જ લોકો એમની સભામાં આવતા.

હવે વાત એમ બની કે કાકા-માસીની ઉમ્મર થઈ. કાકાની મિડલાઈફ ક્રાઈસીસનો વલખાટ અને માસીના મૅનાપોઝનો સમય. કાકાને જેમાં રસ તે રસ માસીમાંથી સૂકાવા માંડ્યો. શું થાય! હવે એક દિવસ એવું બન્યું કે માસીથી કંટાળીને બોલાઈ ગયું. ‘જાવ હવે. તમને ફાવે તે કરો પણ મને દુઃખીના કરશો.’

‘તમારા સિવાય ક્યાં જાઉં?’ કાકાના હાથ જોડાયલા અને મોં દયામણું હતું.

‘ગમે ત્યાં જાવ. ગમે ત્યાં ચરો પણ મને હેરાન ના કરો.’

આમતો આ વાત સામાન્ય હતી. પણ કાકા આ સંવાદને મનગમતી પરમીશન સમજી બેઠા.

જેઠુકાકાનું મન માંકડું કુદાકુદ કરવા લાગ્યું.

‘ના ભઈ ના...આતો ખોટું કહેવાય...’

‘ના, એમાં કાંઈ ખોટું નથી. અસલના રાજાઓને ઘણી રાણીઓ હતી જને! બધા જ રાજકીય નેતાઓને અને ધનિકોને ઉપવસ્ત્રો હોય જ છેને! હું યે ધનિક છું. હું પણ નાનો છતાં લોકમાનીતો નેતા જ છું.

જીંજરે તો ગ્રીન લાઈટ આપી દીધી છે. હું ક્યાં ડોસો થયો છું. આઈ લવ જીંનર. મારે એને દુ:ખી નથી કરવી. એણે હા કહી છે તો કોઈક વાર તો.....'

પણ બિચારા કાકાએ કોઈવાર આવી જાતના પરાક્રમોતો જુવાનીમાં પણ ન કરેલા. આવી ગરબડનો કોઈ અનુભવ નહીં.

જો પૈસાની લેવડ હોય તો એ એમની આંગળી ધરમચંદ તરફ ચીંધે. ધરમચંદ એના સેક્રેટરી કમ સલાહકાર. મોટી રકમની ઉથલપાથલ હોય તો જ ધરમચંદ જીંજરમાસી સાથે પાર્ટીની મુલાકાત કરાવે. અને ધરમચંદ જીંજરમાસીના દૂરના કાકાના દીકરા થાય એટલે કે સાળા કહેવાય. એમને તો ખોટી ઉમ્મરે પ્રદિપ્ત થયેલા હાર્મન્સને શાંત કરવાના માર્ગ બાબતમાં પૂછાય જ નહીં. જીજરે તો છૂટ આપી છે મારા ઋષિ જીવનના ભાગ્યમાં કોઈક મેનકા કે મોનિકા લુઈન્સ્કી હશે. પણ શોધવી ક્યાં?

અને સ્વર્ગમાંથી કોઈક અવતરી.

એક મહિલાને ઓટલા પર સાડીની દુકાન માટે લાયસન્સની તકલીફ હતી. બિચારી હેરાન હેરાન થઈ ગઈ હતી, એણે જેઠુકાકાને પકડ્યા. કાકા એમની ટેવ મુજબ એના ખભા પર હાથ મૂકીને મમતાથી એની વાત સાંભળતા હતા, નજર જરા નીચે હતી આ વખતે મહિલાના ચહેરાને બદલે એની નજર બ્લાઉઝની અંદરની સંપત્તિ પર હતી. ખભા જરા સાંકેતિક રીતે દબાયા. ચાલાક મહિલા સમજી ગઈ. 'શેઠ સાહેબ ખુબ હેરાન થઈ છું. આટલું ઠેકાણું પાડી દો. મારી પાસે નાણાંની વધુ સગવડ તો નથી પણ તન મનથી જે સેવા થાય તે

કરીશ.' સંદેશો સ્પષ્ટ હતો.

'જાવ તમારું કામ થઈ જશે. કાલે મને ક્યાં મળશો?' જેઠુ કાકાને બોલતાં બોલતાં થુંક ગળવું પડ્યું.

'પેરેડાઈઝ હોટલના માળ પરના પાંચ નંબરના રૂમમાં વ્યવસ્થા થઈ જશે.'

'તમે આવશોને?'

'હું? ના ના સાહેબ. આવા કામમાં મારા જેવી એમેચ્યોર ના ચાલે, સંતોષકારક સેવા માટે પ્રોફેશનલ જ જોઈએ. મારા કરતાં કોઈક સરસ માલ આવશે.'

'હે પ્રભુ, હું તો આપના અને આપના વડવાઓના માર્ગે જ ચાલી રહ્યો છું. મારે માટે અષ્ટપટરાણીઓ નથી, હજારો રાણીઓ નથી. તે પહેલા પણ તમે ઝાડ પર ગોપીઓના કપડા લટકાવ્યા જ હતાને? આ તો માત્ર એક દિવસની ટેમ્પરરી યોજના જ છે. ખોટું હોય તો માફ કરજો.' પ્રાયશ્ચિત ક્ષમા અગાઉથી માગીને ગભરાતા ગભરાતા જેઠુકાકા પાંચ નંબરના પંકાયલા રૂમમાં પ્રવેશ્યા.

મહિલાએ તો આપેલા વચન મુજબ હોટ સેક્સી ગોવાનિસ કોલગર્લને મોકલી આપી. શેઠે ધ્રુજતા ધ્રુજતા કપડા ઉતાર્યા. નીચુ જોઈને ધોતિયું કફની ઘડી કરીને બેડ પર મૂક્યા. પેલી મેનકા-મોનિકા કે ઉર્વસી જે હોય તેણે કહ્યું 'હાય હેન્ડસમ ડોન્ટ બી શાય... કમ એન્ડ ગેટમી...'

પ્રવીણ શાસ્ત્રીની હલકી ફુલકી વાર્તાઓ

જેઠાલાલ હજુ બાઘાની જેમ ઉભા જ હતા અને રૂમનું બારણું ધડાક દઈને ખૂલ્યું. જીંજરમાસી તીખી મીર્ચી બનીને રૂમમાં ધસી આવ્યા.

હવે વાત એમ બની હતી કે....

કમનસીબે આ એરેન્જમેન્ટની વાત લીક થઈ હતી. ચોખલિયા માસ્તરોને જેઠાલાલ હોટલમાં જવાના છે તે ખબર પડી ગઈ હતી. એમણે પ્રેસ અને ટીવી વાળાને દોડાદોડી કરીને ખબર આપી. પણ વિશ્વાસુ સાલેભાઈ સેક્રેટરી ધરમચંદને આ ગરબડ્ની ખબર પડતાં જ એણે જીંજરમાસીને ચેતવ્યા.

જીંજરમાસી એટલે ઇન્સ્ટંટ ડિસીસનનું પાવર હાઉસ. એણે એની બીએમડબલ્યુ દોડાવી. પ્રેસ આવે તે પહેલા કોલગર્લને ભગાડી. એક ચાદર પ્રેસ કેમેરા પર છૂટ્ટી મારી. કેમેરો ઢંકાઈ ગયો. કાકાને ચંપલથી ઝપેટ્યા. ખાસ વાગે નહીં તેનુ ધ્યાન રાખી દેખીતું જોર બતાવ્યું. બસ પાંચ મિનિટનો નાટક. બીએમડબલ્યુ પોતાને બંગલે પહોંચી ગઈ. બિચારા માસ્તરો મોડા પડ્યા.

જેઠુકાકાનો દેહ અભડાયો ન હતો પણ ઈજ્જતના ચિંથરા ઉડવાની શરૂઆત થઈ ગઈ હતી. જીંજરમાસીએ હળવેથી જ્યાં જ્યાં ચંપલ લાગી હતી ત્યાં કોલ્ડ ક્રીમ લગાવ્યું. ક્રિમ લગાવતાં લગાવતાં જીજરમાસી જેઠાલાલને પ્રેમથી સમજાવતા હતા. ‘આટલો બધો ભભડો થતો જતો તો મને કહેવું હતું ને? આજ સુધી તમને નથી સાચવ્યા?. આ ભવાડો તો ન થાત. ‘હવે બુંદકી ગયી હોજસે નહીં આતી.’ જેવો જ ઘાટ થયો છે. જૂઓ હવે આખી બાજી પલટી નાંખવી પડશે. બિલ ક્લિન્ટન અને હિલેરીની નીતિ પ્રમાણે ખેલ જ ખેલવો

પડશે. બસ તમારે મૂંગા રહેવાનું.'

કાકાની તે રાત સારી ગઈ. સવારે ઉઠ્યા ત્યારે એમના હાથ જીંજરમાસી પ્રતિ જોડાયલા હતા. એમણે કહ્યું 'મારી જીંજરદેવી થેન્ક્યુ વેરી મચ. તમે તો હજુ પણ યુવાન અને સેક્સી જ છો.'

બરાબર સાતવાગ્યે સાતમા વોર્ડનું પ્લેગ્રાઉન્ડ ખીઓખીચ ભરાઈ ગયું હતું.

થોડા વિરોધ પક્ષના ભાડુતી બુમ પાડવા વાળા ખૂણા પરથી બુમો પાડતા હતા.

'જેઠુકાલાની ધોતી..... લઈગઈ ગોરી છોરી.'

'હાથ રહે જોડેલા.... પગ થાય પહોળા પહોળા'

સ્ટેજ પર અગ્રગણ્ય નાગરિકો, ધરમચંદ, જેઠાલાલ અને જીજર માસી પધાર્યા. આજે જીજરમાસીએ સીધું જ માઈક હાથમાં લીધું. મારા વ્હાલા નાગરિકો. પેલા ખૂણા પરથી ભોકતા ગધેડાઓ પાસે જવાનો મારે માટે રસ્તો કરો. મારે સીધા એમની પાસે જવું છે. જાણે ટેન કમાન્ડમાં નાઈલના બે ભાગ થઈ ગયા હતા તેમ સભાના બે ભાગ થઈ ગયા. ચાર-પાંચ સ્લોગન બરાડતાને કલ્પના પણ ન હતી કે જીંજરમાસી સીધા એની સામે આવીને ઉભા રહેશે. જીંજર માસીએ સીધી જ ધમકી આપી. હું એક, બે ને ત્રણ બોલું એટલી વારમાં ગ્રાઉન્ડ છોડીને ભાગશો નહીં તો મારા આ માણશો તમારા કપડા ઉતારીને કાળો ગરમ ડામર ચોપડીને આખા શહેરમાં ફેરવશે.

દોસ્તો ડામર તૈયાર છે ને?

....અને ચારે બાજુથી અવાજ આવ્યો 'ડામર તૈયાર છે'.

ટોળા સપોર્ટરોએ જ ગણવા માંડ્યું વન...ટુ અને વિરોધીઓ ભાગ્યા.

જીજર માસીએ પ્રવચન શરુ કર્યું.

ચારિત્ર્ય વગરના નેતાઓની આ દેશમાં અછત નથી. મારા પતિશ્રી જેઠાલાલ આજીવન અણીશુદ્ધ ચારિત્ર્યશીલ પ્રજાસેવક રહ્યા છે. ગઈ કાલે એમના ભોળપણનો ગેરલાભ ઉઠાવીને એમને ફસાવવાનુ કાવત્રું ઘડ્યું હતું. મારાથી પણ મારા પતિ સાથે દુર્વ્યવહાર થયો હતો એ માટે જાહેરમાં એમની ક્ષમા માંગું છું. આમ છતાં એઓ પોતે પોતાની શંકાસ્પદ ખરડાયલી છબી સાથે પ્રજાના સત્તાવાર પ્રતિનિધિ થવાનું ઉચિત માનતા નથી. એઓ આ ઈલેક્શનમાંથી એમનુ ઉમેદવારી પત્રક આવતી કાલે પાછું ખેંચી લેશે. આશા રાખું છું કે આપને એ મંજુર હશે.

અને એક ખૂણામાંથી ટોળાનો અવાજ આવ્યો.

"ના, ના, ના, ના અમને એ મંજુર નથી."

"અમને જોઈએ જેઠુકાકા બીજા બધા તો નકામા ફાકા."

"જેઠાલાલ ઝિંદાબાદ. જેઠાલાલ ઝિંદાબાદ." બસ પંદર મિનિટ એ નારો મેદાન પર ગાજતો રહ્યો.

જેઠાલાલ માઈક પાસે આવ્યા. એમની વિનમ્ર નમસ્કારની હસ્તમુદ્રા

સાથે ઉભા રહ્યા. આખરે સભામાં શાંતિ સ્થપાઈ.

'હું પ્રજા સેવક છું. જો હું આપના પ્રતિનિધી તરીકે હોઈશ તો વિરોધીઓ મને ખોટા બેહુદા આરોપો હેઠળ વ્યસ્ત રાખશે. તમારી સેવામાં હું મારો સંપૂણ સમય નહિ આપી શકું. હું બહાર રહીને પણ આપણા વોર્ડની સેવા કરતો રહીશ. માટે આપને વિનંતી કરું છું કે આપ મારે બદલે ઈચ્છા થાય તો મારા પ્રતિસ્પર્ધી શિક્ષકોને ચૂટીને કોર્પોરેશનમાં મોકલો. જોકે તેઓ સ્કુલમાં ભણાવવાને બદલે ટ્યુશનમાં જ વ્યસ્ત હોય છે. એમાંથી થોડો સમય કાઢી આપની સેવા જરૂર કરશે,'

ના, ના, ના, ના નો નારો ફરી શરુ થયો. ધરમચંદ માઈક પાસે આવ્યા. જો જેઠાલાલની સંમ્મતિ હોય તો હું એમની જગ્યાએ જીંજર બહેનને પ્રતિનિધિત્વ સંભાળવા વિનંતિ કરીશ.

"વી વોન્ટ જીંજરમાસી." "જીંજરમાસી ઝિદાબાદ...."

......અને જીંજરમાસીના તેજાબી ભાષણ શરુ થયા. માત્ર એમના વોર્ડમાં જ નહીં પણ શહેરના બધા જ વોર્ડમાં પોતાના પક્ષ માટે એમના ભાષણોએ ભૂરખી નાંખી. એકાએક ક્યાંકથી નવો વંટોળ જાગ્યો. "જીંજર ફોર મેયર" પાર્ટીના ડોસાઓ પણ ધ્રૂજી ઉઠ્યા, થોડા વંકાયા રિસાયા અને છેવટે જીજર શરણે આવ્યા.

આ બધી છેલ્લા ત્રણ મહિનાની વાત હતી.

આજે જેઠાલાલ એમના હાઈરાઈઝના સત્તરમા માળના વૈભવી ફ્લેટમાં ટીવી પર જીંજરદેવીની મેયર તરીકેની સોગન વિધી જોતા

હતા. પડખામાં ગોવાનિઝ નર્સ એમને બદામ પિસ્તા વાળું કેશરીયા દૂધ પાતી હતી. અન્ય સેવાઓ દૂધપાન પછી થવાની હતી. માનશો નહીં પણ આ વ્યવસ્થા ખૂબ ઉદાર અને મોકળા મને જીંજર માસીએ જ કરી આપી હતી. ભારતની સંસ્કૃતિ માટે 'બહુ પત્નીત્વ' ક્યાં નવું છે? અને નર્સ તો માત્ર પગારદાર નર્સ જ છે ને?

૫ દેસાઈગીરી

અરે ઊર્વિઈઈઇ... ઓ ઊર્વિ, સાંભળે છે? ક્યાં મરી ગઈ? પેલો તારો હગલો બોયફ્રેન્ડ ક્યારનો હોર્ન મારતો નીચે ઉભો છે.

ગ્રાન્ડમા, હું અહી બાથરૂમમા મરવા પડી છું. નાહ્યને પવિત્ર થઈને બહાર આવું એટલે મારે માટે ગંગાજળ અને તુળસી પાન તૈયાર રાખજો. દિવો પણ કરી રાખજો. અંડરટેકરને પણ ફોન કરી દેજો.

અરે ભૂંડી, મરેને તારા દુશ્મન. જરાતો બોલવાનું ભાન રાખ. રંજનબા બોલ્યા.

ઊર્વિ ટુવાલ વીંટાળી બાથરૂમની બહાર નીકળી. સેલ ફોન કરી નીચે રાહ જોઈને ઉભેલા રોજરને અપાર્ટમેન્ટમા બોલાવ્યો. એ ઉપર આવ્યો. આખલા જેવો રોજર. સફેદ દાંત સિવાય બધી રીતે કાળો હતો. અરે, જિન અને ટીશર્ટ પણ કાળા. ગોગલ્સ પણ કાળા.

આવતાની સાથે એણે ઊર્વિને હગ કરી. ઊર્વિ હજુતો ટુવાલમાંજ હતી.

અરે ભગવાન, આ છોકરી કેવા કેવા દાડા દેખાડશે! એનો બાપ જો આ જુએ તો એને જીવતી સળગાવી મુકે.

એક દિવસ ઊર્વિએ કહ્યું હતું, "ગ્રાન્ડમા, મને મારો બોયફ્રેન્ડ મળી ગયો છે. હી ઇસ ડાર્ક, ટોલ એન્ડ વેરી, વેરી, વેરી હેન્ડ્સમ."

"એ કોણ છે? .... ઈન્ડિયન તો છેને?... એનું નામ, ઠામ? ફોટો?"

ગ્રાન્ડમાના મોઢામાંથી પ્રશ્નોનું પૂર છૂટ્યું.

"અત્યારે કશું જ નહીં. ઈન્ટરનેટ પર સર્ફિંગ...નહિ, નહિ....ફિશિંગ કરતી હતી. માછલી હૂકમાં આવી છે. જોઈએ શું થાય છે. હમણા ડેડી મમ્મીને પણ વાત કરવાની નથી."

'પણ બેટી, એ છે કોણ..?

"મેં કહ્યુંને! ...ડાર્ક, ટોલ એન્ડ હેન્ડસમ.... નથ્થીગ મોર ધેન ધેટ."

રંજનબા મુઝાતા. પણ એ વાતને પણ આજે સવા વર્ષ થઈ ગયું. કેટલીયેવાર પૂછ્યું'તું. પણ બિંદાસ અને લાડકી દિકરી હસવામાં વાત ઉડાવી દેતી.

આજે સવારેજ તેણે રંજનબાને કહ્યું હતું "મારો હેન્ડસમ એન્ગેજમેન્ટ રીંગ લાવવા દુબાઈ ગયો છે. આજે આવશે. આવતી કાલે એના પેરન્ટસને લઈને અહીં આવશે. પ્રપોઝ કરવાનો છે. ડેડી મામ્મીને હું રાત્રે ફોન કરીને બોલાવી લઈશ. અને ગ્રાન્ડમા આ તમારા સુપુત્ર તમારા કરતાંયે જુનવાણી છે. પ્લીઝ એને જરા સમજાવી પટાવી સંભાળી લેજોને!"

પણ આ કાળો, ઊંચો અને કદરૂપો તો આજે આવી પહોંચ્યો! રંજનબા વિચારતા હતા. અકળાતા હતા. આજેજ જો આ કાળીયા સાથે ઊર્વિ નાસી જશે તો એના બાપને શું જવાબ આપીશ!

રોજરે બે હાથ જોડી 'નમસ્ટે' કહ્યું.

રંજનબાએ નમસ્ટેનો પ્રત્યુત્તર નમસ્તેથી આપ્યો. એ કિચનમા

ચાલ્યા ગયા.

ઊર્વિ તૈયાર થઈ બહાર આવી.

ફાટેલું જીન કે જે તેણે એંસી ડોલરમા ગઈ કાલેજ ખરીદ્યું હતું તે અને ઉભરાતા યૌવન પર, "ટ્રાય મી " લખેલું કાબર ચિતર્યું ટીશર્ટ પહેર્યું હતું.

રંજનબાએ ઊર્વિને કિચનમા બોલાવીને ધીમે અવાજે પૂછ્યું. "આ તારો બોય ફ્રેન્ડ છે? તું આનીજ વાત કરતી હતી?"

ઊર્વિ હસી. "કેમ ગ્રાન્ડમા! જમાઈ તરીકે ચાલે એવો છેને? ડાર્ક, ટોલ એન્ડ હેન્ડ્સમ."

"સીધી વાત કર, આ તારો બોયફ્રેન્ડ છે?" રંજનબાની ધિરજ ખૂટતી હતી.

"ગ્રાન્ડમા લેટ મી આસ્ક હીમ." ઊર્વિ થંડે કલેજે વ્હાલી ગ્રાન્ડમાને સતાવતી હતી. રંજનબાએ અકળાઈને ઊર્વિના ગાલ પર મોટો ચિમટો ખણ્યો. સીધી વાત કરવી છે કે હું જાતે કાળીયાને ધક્કો મારી બહાર કાઢું?"

"ઓઈ મા...મારો ગાલ છોડો. આજે તો તમે મને બે વાર મારી નાંખી. હું કહું છું."

"એ બોય છે અને ફ્રેન્ડ પણ છે. પણ મારો બોયફ્રેન્ડ નથી. મારો પ્રોડયુસર છે. મારો બોસ છે. પરણેલો છે ને ચાર છોકરાનો બાપ છે. સરસ ધોળીને પરણેલો છે. હવે શાંતિને?"

“હાસ. મારોતો જીવ ઊચો ચઢી ગયો તો. ઉકાળો બનાઉ?” રંજનબા બ્લેક કૉફીને ઉકાળો કહેતા.

ઊર્વિએ કહ્યું " તો હો જાય "

રોજર અને ઊર્વિએ બ્લેક કૉફી અને ડોનટને ન્યાય આપ્યો. રંજનબાએ એકલા દૂધમા ચાર ચમચી ખાંડવાળી કૉફી લીધી.

“આજે મારી કાર સર્વિસમા આપી છે એટલે રોજરની રાઈડ લીધી છે. આવતા મોડું થાય તો ચિંતા ના કરશો. હું ફોન કરીશ. કાલને માટે ડેડી મમ્મીને પણ ફોન હું જ કરીશ.

ઊર્વિ રાબેતા મુજબ કિચનમા રાખેલા દેવસ્થાનમાં પ્રણામ કરી, ગ્રાન્ડમાને હગ અને કીસ કરી, રોજર સાથે નીકળી પડી. ગ્રાન્ડ્માએ લોબીમાંથી નીચે જોયું તો રોજરની સ્પોર્ટ કન્વરટેબલ ઊર્વિને લઈને જાણે ઉડતી હતી.

ઊર્વિના પિતા અને રંજનબાના પુત્ર વિરલ દેસાઈ હાર્ટફોર્ડમા ડેન્ટિસ્ટ છે. જુનવાણી રંજનબા પૌત્રી સાથે રહીને ઉદારમત વાળા થતા ગયા. ડૉ.વિરલ દેસાઈમાં આધેડ વયે દેસાઈગીરી જાગૃત થતી ગઈ. ઊર્વિના મમ્મી સુરુચિ હાઈસ્કુલમા ટિચર છે. વિધવા રંજનબા મનના મીઠા અને મોંના આકરા જાજરમાન દેસણ છે. ઊર્વિને જ્યારે પ્રિન્સ્ટોનમા એડમિસન મળ્યું ત્યારે સુરુચિ વહુએ સાપ મરે નહીં અને લાકડી ભાંગે નહીં એવો રસ્તો કાઢ્યો.

"બા આપણે ઊર્વિને ડોર્મમાં રાખવાને બદલે કોલેજ પાસે બે બેડરૂમનો એપાર્ટમેન્ટ રાખીયે અને તમે ત્યાં રહી એમા પર નજર રાખો

તો કેમ? મગને પગ આવવા માંડ્યા છે. આડું અવળું કરશે તો અનાવલામા ઠેકાણું પાડવું અઘરું પડશે"

સુરુચિની વાત કંઈ ખોટી પણ ન્હોતી. ઊર્વિ એટલે બિંદાસ્ત છોકરી. રસ્તે ચાલતા સાથે દોસ્તી કરે. એ છોકરાઓને રમાડે કે છોકરાઓ એને રમાડે એ કળવું મુશ્કેલ. અકળાયા વગર વડિલોની કોન્ઝરવેટિવ સલાહોને રમુજમા હસતા હસતા ઉડાવી દે. ઊર્વિ અને ગ્રાન્ડમાના વિચારો ઉત્તર દક્ષિણ અને હાર્દિક કેમેસ્ટ્રી એક સરખી. બન્નેને પ્રિન્સ્ટોનના એપાર્ટમેન્ટમાં ફાવી ગયું.

ઊર્વિ ગ્રેજ્યુએટ થયા પછી ટીવી એન્કર બની ગઈ. ભલભલાના ઈન્ટરવ્યુ લેતી થઈ ગઈ. બીજાની વાત કઢાવે પણ પોતાની વાત મોમાંથી કાઢે નહીં.

એકવારતો ઊર્વિએ પૂછ્યું હતું " ગ્રાન્ડમા તમે મેરેજ પહેલા ગ્રાન્ડપા કે બીજા કોઈ સાથે સેક્સ માણેલોકે?"

'હાય..., હાયમા.... વડિલને આવું તે પૂછાતું હશે. શું કળિયુગ આવ્યો છે? ક્યાં મારી પેઢી અને ક્યાં આ નફ્ફટ છોકરાંઓ.'

એક વાર ગમે તેને પરણીને ઠેકાણે પડે એટલે ગંગા નાહ્યા.

આજે રવીવાર હતો.... ગંગાસ્નાનનો દિવસ આવી પહોંચ્યો હતો.

ડેન્ટિસ્ટ ડૉ.વિરલ દેસાઈ અને સુરુચિબેન રંજનબા અને ઊર્વિ પર ધૂંધવાતા બેસી રહ્યાતા. દિકરી ત્રેવીસ વર્ષની હતી. આતો અમેરિકા. સ્વતંત્રતા સ્વછંદતા બની નાચતી હતી. દિકરીએ એની દેસાઈગીરી

પર કાદવ ઉછાળ્યો હતો. પણ એક વાર એને જોઈ લેવો હતો. ઊર્વિ એને એરપોર્ટપર લેવા ગઈ હતી. સુરુચિબેન વિચારતા હતા. જો કોઈ વ્હાઈટ હોયતો ચલાવી લઈશું. હવેતો આપણાંમા પણ આવા ઘણા કેઇસ બને છે. પણ કોઈ બ્લેક હોયતો?...અરે કોઈ મુસ્લીમ હોયતો?...પચાવવાનુ ખરેખર અઘરું છે...

અને ઊર્વિ એક યુવાન સાથે દાખલ થઈ. તે ડાર્ક ન્હોતો. ઉજળો હતો. ઊંચો, પ્રભાવશાળી અને ખરેખર હેન્ડસમ હતો. એ બ્લેક નહતો પણ કદાચ આરબ હોયતો?

રંજનબાએ આવકાર આપ્યો "વેલકમ યંગમેન"

વિરલભાઈએ ઠંડા અવાજે પૂછ્યું " વેર ઈઝ યોર પૅરન્ટ્સ?"

"એઓ રેન્ટલ કારમા આવે છે એટલે કદાચ વાર લાગી હશે. હમણાં આવી પહોંચશે."

અરે, આતો ગુજરાતી બોલે છે! સુરુચિ બેનનો અગ્નિ શાંત થઈ ગયો.

ફરી ડોર બેલ...

ઊર્વિએ ડોર ઉઘાડ્યું.

આધેડ કપલ દાખલ થયું.

વિરલભાઈ ઉભા થઈ ગયા. આ કોણ? કોણ સુમન વશી? અલ્પના? તમેતો આફ્રિકા હતાને?

વિરલભાઈ મહેમાનને બાઝી પડ્યા.

“બા આ સુમનને ઓળખ્યો કે નહીં? અમદાવાદ હોસ્ટેલનો મારો રૂમ પાર્ટનર. અને આ અલ્પના અમારી સાથે જ ભણતી હતી. એ મૅડિકલમા ગયો અને હું ડેન્ટીસ્ટ્રીમા ગયો.”

“અરે સુમન આ છોકરો તારો છે?”

“મારા એકલાનો નહિ, મારો અને અલ્પનાનો.”

'તને છોકરાંઓના લફડાની ખબર હતી?'

“હા મને ખબર હતી. જ્યારે મેં જાણ્યુંકે ઊર્વિ તારી દિકરી છે તો તને જરા સતાવવાનું મન થયું.”

“તો અમારા જમાઈની ઓળખાણ કરાવ.”

“હા આ મારો દિકરો ઉજ્જવલ કોન્ટીનેન્ટલ એરલાઈન્સમા ફર્સ્ટ ઓફિસર છે. મેં અલ્પના સાથે પ્રેમ લગ્ન કર્યા ત્યારે ફાંકામા ને ફાંકામા વાંકડો લેવાનો રહી ગયેલો. ઘણાં વર્ષે તક મળી છે. બોલ આપણા જુના રિવાજ પ્રમાણે કેટલો વાંકડો આપશે?”

“અરે, વાંકડો? તું તો ગળામા પાટિયા ભેરવીને બધાના માંડવામા બરાડા પાડતો હતો કે વાંકડાપ્રથા બંધ કરો. હવે અમેરિકામા વાંકડો માગે છે?”

“હું આપીશ.... લે આ કોરો ચેક...... જેટલા લખવા હોય તે લખ.”

પ્રવીણ શાસ્ત્રીની હલકી ફુલકી વાર્તાઓ

સુમનરાયે ચેકમા એક ડોલર અને પચીસ સેન્ટનો આંકડો પાડ્યો.

૬ નજરકી પહેચાન?

ઓલા ડોસાને લો પેલી ડોસી પાછી મળી ગઈ,
મળી તો બહુ વર્ષે પણ નજરમાં ફરી ઝબકી ગઈ
કોલેજના રસ્તે એની સાથે જે નજરો મળીતી
એ નજરોથી જિંદગીનાં ચશ્માં સાફ કરતી ગઈ

રચના ઉપાધ્યાય

'ચાલને શાસ્ત્રી, આપણે સ્વામિનાયણ જઈ આવીએ.'

'અરે મહેતા સાહેબ! યાર જવા દો ને. મને કાંઈ એમાં શ્રધ્ધા નહિ. જ્યાં સુંદરીયો ને આપણાથી સેપરેટ કરાય તે ફાવે જ નહીં. દૂરથી પોતાનીને જોયા કરતા હોઈએ ને એની બાજુવાલીને એમ લાગે કે આપણે એના પર દાણાં નાખીયે છીએ. પણ તમે કેમ સ્વામિનારાયણ મંદિરમાં દર વિકેન્ડમાં જવા માડ્યું?'

'શાસ્ત્રી તને આ ઉમ્મરે શરમ નથી લાગતી? એની વે... તું બેશરમ છે એટલે જ તારું કામ પડ્યું છે. લાસ્ટ મન્થ મારા ગેસ્ટ આવેલા. તેને લઈને નવા મંદિરે જવું પડ્યું હતું. તું માનશે નહિ પણ ત્યાં મેં રાધાને જોઈ. એ મારી સામે જ જોયા કરતી હતી. શાસ્ત્રી પ્લીઝ જરા તપાસ કરવાની છે. એ જો સિંગલ હોય તો કદાચ....એક વાર ટ્રાય કરી જોઈએ.'

'અરે શું મહેતાજી તમે પણ; રાધાક્રિશ્નની મૂર્તિ પર આવી દૃષ્ટિ?

રાધાજી પરણેલા કે કુંવારા, એ આજ સુધીમાં કોઈએ પણ હન્ડ્રેડ પર્સન્ટ કનફર્મ કર્યું નથી. અમારા રેશનાલિસ્ટ ભુપાભૈ તો વળી કહે છે કે રાધા જેવી કોઈ વ્યક્તિ હતી જ નહીં. જે હોય એ. પણ રાધાજી તો પેલો એની સાથે ફ્લ્યૂટ વાળો નંદકિશોર ઉભો છે એમનો માલ જ કહેવાય.'

'અરે નથ્થુભાઈ, આપણાં ભગવાન વિશે આવું ના બોલાય. હું કૃષ્ણભગવાનની રાધાની વાત નથી કરતો. હું તો રાધા દલાલની વાત કરું છું. એ મારી સાથે જ કોલેજમાં ભણતી હતી.એમ.એ સૂધી અમે સાથે ભણેલા. પણ તે વખતે અમારા જમાનામાં બોલવા ચાલવાનો સંબંધ નહીં. હું પહેલેથી જ ઓછા બોલો અને જરા છોકરીઓની બાબતમાં 'શાય' પણ ખરો. એટલે વાત ન્હોતી થઈ. એકવાર અમુલ ડેરી રોડ પર એ સાયકલ પરથી પડી ગયેલી. શાકની થેલીમાંથી રિંગણા વેરાઈ ગયેલા. મેં એ જોયું. મેં એને બેઠી કરી. બધા વેરાયલા રીગણાં એની થેલીમાં ભરી આપેલા. બિચારી સારી છોકરી. એણે મને હસીને થેનક્યુ પણ કહેલું. એને તો મારું નામ પણ ખબર ન હતું; પણ હું તો જાણું. એને એ રાધાને મેં તે દિવસે મંદિરમાં જોઈ

શાસ્ત્રી, મને તો પૂછતાં શરમ આવે કે 'રાધા મારી ઓળખાણ પડી?' મને તારા જેવી લેડિઝ સાથે વાત કરવાની ફાવટ નથી. વાત કરવાની મારી હિંમત ચાલી નહિ. દર રવિવારે એ મંદિરે આવતી લાગે છે. ગયા રવિવારે પણ હું મંદિરે ગયો હતો. ત્યારે પણ એ મારી સામે જ જોયા કરતી હતી.'

આ અમારા મહેતા સાહેબ ઈન્ડિયાની કોલેજમાં સંસ્કૃતના પ્રોફેસર હતા. નિવૃત્ત થયા પછી સિત્તેર વર્ષની ઉમ્મરે અમેરિકા આવ્યા હતા. પંદર વર્ષના લગ્ન જીવન બાદ ભરયુવાનીમાં પત્નીએ એક દીકરી મૂકીને સ્વર્ગાગમન કર્યું હતું. કદાચ બીજી વાર પીઠી ચોળાય એ ગણત્રીએ દીકરી, દાદાદાદી સાથે ઉછરી હતી. પણ કમનશીબે યુવાનીમાં બીજીવાર ઘાટ નહોતો બેઠો. આમ તો શરીરે તંદુરસ્ત પણ નાક એકદમ ચીબું. સરસ લખે પણ બોલવાનું થાય ત્યારે ગુંગણું સંભળાય. એમની કોલેજમાં એ ગુંગણાસર તરીકે ઓળખાતા. દીકરીએ અમેરિકા બોલાવ્યા હતા. પણ દીકરીને ત્યાં ન રહેવાય એ હિસાબે એકલા જ રહેતા હતા. એ ગણત્રી પણ ખરી કે સિંગલ તરીકે એકલા રહેતા હોય તો કોઈની સાથે ઘાટ બેસવાનો ચાન્સ ખરો. અમેરિકા તો ફોર્વર્ડ માઈંડેન્ડ કન્ટ્રી એ ગણત્રીએ આજે ઈક્ઠોતેરની ઉમ્મરે પણ વ્હાઈટ હોર્સ પર સવારી કરવાની એમની ઈચ્છા મરી પરવારી ન હતી. એમની આશા થોડી ઝાંખી થઈ હતી પણ હોલવાઈ ન હતી.

એમનું ઈક્ઠોતેરની ઊમ્મરે કજ્જુ ગોઠવવામાં મને મિડલમેન બનાવવાની વાત. કહેતે ભી દિવાના સૂનતેભી દિવાના. પ્રોફેસર સાહેબ પાછા મારા રેપ્યુટેશનની વાત વચમાં એવી રીતે મૂકે કે મારા ઘરવાળા એક વીક સૂધી રિસાયલા રહે. મને કહેકે ‘તું તો લેડિઝ સાથે વાતો કરવામાં એક્ષપર્ટ જરા વચ્ચે પડીને એની સાથે ઓળખાણ તાજી કરાવને.’

લો કરો વાત. આજે ડોશી બની ગયેલી એમની કોલેજની છોકરી

રાધા દલાલ સાથે ઓળખાણ કરાવવા મારે એમની સાથે મંદિરે જવાનું. પણ મહેતા ગળગળા થઈને જાણે રિક્વેસ્ટ કરતા હોય એમ લાગ્યું.

મહેતા સાહેબની જાણીતી અને મારે માટે તદ્દન અજાણી ડોસીમા ને મહેતા સાહેબ સાથે ઓળખાણ કરાવવાની વાતને ધરમનું કામ સમજીને મેં કહ્યું; 'આઈ વીલ ટ્રાય માય બેસ્ટ બટ નો ગેરંટી. ડોસીમાને અડધો ડઝન ચિલ્ડ્રન અને બે ડઝન ગ્રાન્ડકીડ્ઝ હોય તો માર ખાવાનો વખત આવે'

હું એમની સાથે મંદિરે ઘસડાયો. એની વે, એ જેમને રાધાબેન દલાલ કહેતા હતા તે મંદિરમાં દર્શન કરતાં હતા. એમની નજર અમારા પર પડી. મને ચોક્કસ ખાત્રી થઈ ગઈ કે એમની નજર અમારો પીછો કરતી હતી. દર્શન તો ઠીક પણ પ્રભુજીની ટીમે આજે કેવા વાઘા પહેર્યા છે તે જોઈને અમે મંદિરની દુકાને ગયા. પ્રોફેસર સાહેબે ચ્યવનપ્રાસની બાટલી લીધી. મેં એકાદ ફરસાણનું પડિકું લીધું. દુકાનની બહાર બેન્ચ પર અમારા કનૈયા મે'તા સાહેબના બુદ્ધી રાધીમા બેઠા બેઠા શિક્ષાપત્રીની ચોપડી વસાવી હશે તે ઉથલાવતાં હતાં.

મેં મહેતા સાહેબને કહ્યું 'સાહેબ જાવ અને એમની સાથે વાત કરો, અને ઓળખાણ કાઢો.'

'ના શાસ્ત્રી મારાથી એપ્રોચ ના થાય. આ સ્વામિનારાયણનું સ્થાન છે.'

'તમે સંત થોડા છો. તમને તો કોઈ ગમી જાય તો છેડતી યે થાય.'

'શાસ્ત્રી, તારી આવી વાત કરવાની કારણે જ ફેસબુકીયા ફ્રેન્ડ તને સેક્સી ડોસો કહે છે. ડહાપણ છોડ; કંઈક કર. ભલે ઉમ્મર થઈ પણ એ રાધા દલાલ જ છે. હું કારમાં બેઠો છું. જરા મારી યાદ આપી દે તપાસ કર ક્યાં રહે છે?'

એની વે. મારે માટે એ કાંઈ મોટી વાત નહતી. હું એમની સામે જ પિકનિક બેન્ચ પર બેઠો.

'નમસ્તે બેન, બેસી શકું ને?'

'સ્યોર, બેસો બેસો. તમે કાયમ મંદિરે આવો છો?'

'ના, વર્ષમાં એકાદ બે વાર મહાપ્રસાદનો લાભ લેવા આવી જાઉં છું. આજે તો મારા મિત્ર મહેતા સાહેબ સાથે એમને કંપની આપવા જ્ મંદિરે આવ્યો છું.'

'ઓહ! મને ખાત્રી જ હતી કે આ ડોક્ટર મહેતા જ છે. ચહેરો મ્હોરો હજુ એવો ને એવો જ છે. એ જ નાક. અમે બન્ને એક સાથે બેંગલોર મેડિકલ કોલેજમાં ભણતાં હતાં. એ મારા કરતાં બે વર્ષ આગળ હતા. પછી સંભળ્યું હતું કે એઓ યુરોલોજીમાં એમ.ડી કરીને ઈંગ્લેન્ડ ગયા હતા. બિચારાનું નાક ખૂબ ચીબું એટલે બધી છોકરીઓ ચિમ્પાઝી ડોકટર કહેતા હતા. પણ ખરેખર ખુબ સરસ માણસ. એકવાર કોલેજમાં સાયકલ પરથી હું પડી ગઈ હતી. મને ઊભી કરી, મારી બધી બુક્સ ભેગી કરી અને કેરિયર પર ગોઠવી આપી. હું થેન્ક્યુ કહું અને મારી ઓળખાણ આપું તે પહેલાં તો તેઓ અદ્દૃષ્ય થઈ ગયા. આમ પણ એ શરમાળ અને સજ્જન માણસ. એ તમારી સાથે હતા તે

ક્યાં ગયાં.'

આ તો જબરો લોચો. આપણા મહેતાજીએ તો વલ્લભ વિદ્યાનગરમાં શાકુન્તલ પર ડોક્ટરેટ કરેલું. ગુંગણાસર તરીકે પ્રસિધ્ધી પામેલા. આ વળી કોઈ બીજો જ હમશકલ મહેતો, મેડિકલ ડોક્ટર મહેતો નીકળી પડ્યો.

મેં એમને કહ્યું 'એ તો મેન્સ રૂમમાં ગયા હતા અને ત્યાંથી કારમાં બેઠા હશે. એમને જરા બહાર જવાનું છે એટલે અમે નીકળી જઈશું.'

'ડોક્ટર મહેતાને મળતે તો આનંદ થતે. એમને તો મારો ખ્યાલ પણ ન હશે. પણ આવતા રવિવારે હું એમને મળીને યાદ કરાવીશ. આમ તો મારું નામ ડોક્ટર રાધા પારેખ, પણ અસલ તો હું રાધા દલાલ. હ્યુસ્ટનમાં હતી. ડો. પારેખ સાથે ડિવૉર્સ સેટલમેન્ટ થઈ ગયું છે. હવે ન્યુ જર્સીમાં સેટલ થવું છે.'

હું ભગવાનમાં માનું છું પણ હજુ ડાકણ, ભૂત પ્રેત કે પલિતમાં નથી માનતો. ડો.મહેતા અને ડો.દલાલ. આ બન્ને ડોક્ટરે મને ચકરે ચઢાવીને ડાકણ ભૂતમાં માનતો કરી દીધો. મને મારા મહેતાજીમાં રાજેન્દ્ર કુમારનું ભૂત ભરાયું હોય એવું લાગ્યું. મારા હોટ સૂધી આવી ગયું કે હે રાધીમાં અમારા ચીબડા ચપટા ગુંગણાં નાક વાળા ડોકટર મહેતાએ માત્ર કાલિદાસની કવિતાઓનું જ પોસ્ટમોર્ટમ કર્યું છે. બહુ સજ્જન માણસ છે છે કોઈની તો શું પોતાની યે પીપી જોય એવા નથી. પણ હું કઈ પણ બોલ્યો નહીં. જય સ્વામિનારાયણ, જય શ્રીક્રિશ્ન, નમસ્તે બહેન કહી છૂટો પડ્યો.

કારમાં મહેતા સાહેબે પૂછ્યું, 'શું વાત કરી.' મેં જવાબ વાળ્યો 'તમારે માટે એ કામની છોકરી નથી. એ તમારી રાધા નથી. નેક્સ્ટ સનડે મંદીરે નથી આવવાની. ફાંફા મારવા ન જતા.'

મહેતાજી થોડા ડિપ્રેશ થયા.

ત્યાર પછી હું ચાર મહિના આઉટ ઓફ સ્ટેટ હતો. મહેતા મગજમાંથી નીકળી ગયા હતા. મળવાનું થયું ન હતું.

ન્યુ જર્સી આવ્યા પછી હું એક ગુજરાતી કોમેડી નાટક જોવા ગયો. નાટકને બદલે મારી આગળની રોમાં બે ડોસાડોસીને જોયાં. ભ્રમણાં કે ભૂત. મારી આગળની સીટ પર જ મહેતા અને રાધા એકબીજાને તાળી આપતા અને ખભા-માથાં ઠોકતાં કોમેડી નાટક માણતાં હતાં. ઈન્ટરવલમાં હું મોં સંતાડી નાસવાનો વિચાર કરું તે પહેલાં તો પાછળથી મારા વાંસા પર પ્રેમનો કે કોઈ સજાનો જોરદાર ધપ્પો પડ્યો.

'અલ્યા શાસ્ત્રી, તારે અમારી બન્નેની સાથે ચોખ્ખી વાત તો ભસવી હતી કે અમે બન્ને માનતા હતા તે અમે બન્ને નથી. એતો સારું થયું કે હું પાછો બીજા રવિવારે સ્વામિનારાયણ બાપાના દર્શને ગયો અને રાધાજીને મળવાનું થયું. બધો ખૂલાસો થઈ ગયો. ભલે અમે જૂદા હતાં પણ નજરની ઓળખાણ તો હતી ને?'

હું ગુંચવાયો. 'નજરની ઓળખાણ!' એક મહેતાએ એક રાધાના રિંગણા ભરી આપેલા અને બીજા મહેતાએ બીજી રાધાની બુક ભરી આપેલી. એમાં નજરની ઓળખાણ ક્યાં ઘૂસી ગઈ.

મેં હાથના ઈશારતથી પૂછ્યું 'હસ્તમેળાપ થઈ ગયો?'

'અરે ગાંડો થયો છે? આ તે કાંઈ લગ્નની ઉમ્મર છે? રાધાજી એપાર્ટમેન્ટ શોધતાં હતાં અને મારી બાજુનો એપાર્ટમેન્ટ ખાલી હતો બસ રાધાજીએ રાખી લીધો. રાધાજી પણ સાહિત્યનો જીવ છે. એમને કાલિદાસની શૃંગારિક કૃત્તિઓનું રસદર્શન ગમવા માડ્યું છે. હું એમની પાસે હ્યુમન એનેટોમી શીખી રહ્યો છું શરીરશાત્રના કંઈ કેટલા રહસ્યો હું જાણતો ન હતો. એમની સંગતથી ઘણું નવું જાણ્યું જે વર્ષો પહેલાં જાણતો ન હતો. હવે અમને મંદિરે જવાનો ટાઈમ જ નથી મળતો. જૂઓને આજે આ નાટકમાં ભેરવાઈ પડ્યા.'

રાધીમા એ હળવેથી કહ્યું શાસ્ત્રીભાઈ 'મહેતા મજાના માણસ છે. એ હિમેશ રેશમીયા ના રોમેન્ટિક ગીતો ખુબ સરસ રીતે ગાય છે. તમારી શું પ્રવૃત્તિ છે? મહેતા કહેતા હતા તમે ગુજરાતી ઓથર છો. શું લખો છો?'

મનમાં તો હતું કે કહું કે ભૂત ડાકણીના પ્રેમની વાર્તા લખું છું, પણ વિનય પૂર્વક કહ્યું કે 'હું વાર્તા લખું છું, કોઈ વાર્તાનો વિષય શોધતો હતો. સ્વામિનારાયણ ભગવાનની કૃપાથી આજે આ નાટકના ઈન્ટરવલમાં જ તે મળી ગયો છે.'

૭ વૈકુંઠ નહીં રે આવું

શું થયું તે સમજાયું નહીં પણ મારા મોં પર સફેદ ચાદર ઢંકાઈ ગઈ. એક ક્ષણમાં હું મારા શરીરથી અલગ થઈ ગયો. મારું પારદર્શક નવું સ્વરૂપ મારા સ્થુળ દેહની પાસે ઉભું રહી ગયું. હવે મને ખાત્રી થઈ કે

મારા દૈહિક જીવનનો અંત આવી ગયો હતો. હું મૃત્યુ પામ્યો હતો. મારા બધા આપ્તજનો ભેગા થઈ ગયા હતા.

એમણે થોડા આંસુ સારી વાસ્તવિકતા સ્વીકારી લીધી. પ્રેતાવસ્થામાં હું બધાને જોતો સાંભળતો હતો. કોઈ મને જોતું સાંભળતું નહોતું.

પાડોશી મણીબા અનસૂયાને વળગીને બેઠા હતા. સનમુખકાકાએ મારા ફ્યુનરલ માટે સસ્તી વ્યવસ્થાની જવાબદારી લઈ લીધી હતી. પંડ્યાજી જુદા જુદા મા'રાજો પાસે ફોનપર દિવસક્રિયાના ક્વોટેશન માંગતા હતા. મિત્ર જગદીશ, બધા સગા-સ્નેહીઓને ફોનપર મારા અકાળ અવસાનના સમાચાર ફેલાવતો હતો. સામેના એપાર્ટ્મેન્ટમાંથી માયા બધાને માટે ચ્હા લઈ આવી હતી.

મને મારા સ્નેહિઓ પ્રત્યે માન ઉપજ્યું. મેં બધાને થેન્ક્યુ કહ્યું પણ મને કોણ સાંભળે!

મારો પુત્ર દિપક અનસૂયાને મારી લાઈફ ઈન્સ્યોરન્સ પોલિસી માટે પૂછતો હતો. મારી પુત્રવધૂ વ્યુઈંગ વખતે સફેદ કે કાળી સાડી

પ્રવીણ શાસ્ત્રીની હલકી ફુલકી વાર્તાઓ

પહેરવી તેની ચિંતામાં હતી..

મારા બોડીમાં મોર્ટિશિયને ફોર્માલ્ડિહાઇડ ભરી, સ્યૂટ પહેરાવી કાસ્કેટમાં વ્યુઇંગ માટે મૂંકી દીધી. બિચારી મારી અનસૂયા! મને એની ખૂબ દયા આવી. ફ્યુનરલ હોલ ચિક્કાર હતો. મારે માટે હું ખુશ થઈ જાઉ એવી સારી સારી વાતો થઈ. સસ્તાં એમેચ્યોર બ્રાહ્મણે અષ્ટમ પષ્ઠમ ભણી, પાંચ-છ ચોખાના લોટના પીંડ મારા કાસ્કેટમાં પધરાવી દીધા. મારો (વરઘોડો?) હોર્સ પર નહીં, પણ મારી શ્મશાનયાત્રા હર્સમાં નીકળી ...

ક્રિમેટરીમાં પહોંચ્યા પછી મારું કાસ્કેટ ફરનેસમાં મુકાયું. મારા પુત્રએ રડતાં રડતાં ગ્રીન સ્વિચ ઓન કરી.....

....વધુ વિચારું કે જોઉં તે પહેલા કોઈકે મને મારી બોચીમાંથી ઊંચકીને એક બ્લેક ટ્રકમાં નાખ્યો.. ટ્રકમાં એક મોટા મિકેનીકલ પાડા પર મોટી મુંછો અને મોટા ડોળાવાળો બિહામણો બ્લેક સવાર બેઠો હતો.

ગભરાઈને મેં પુછ્યું " આપ કોણ છો?..મને ક્યાં લઈ જાવ છો?..હજુતો મારે મારું બેસણું અને દિવસક્રિયા જોવાની છે!

" આઈ એમ મિસ્ટર યમન. "

"હું તને ઑફિસર ચિત્રગુપ્ત પાસે લઈ જાઊં છુ. તારું ક્રિમેશન થઈ ગયું. નાવ યુ કાન્ટ ગો બેક ટુ ધ અર્થ એનીમોર. હવે જો ભૂખ લાગી હોય તો તારા કાસ્કેટમાના થોડા ચોખાના લાડવા ખાઈ લે." મેં

ચાખવા માટે લાડુ મોંમા મુંક્યો પણ થુંકી નાંખ્યો. મારી અનસૂયા તો કેવા સરસ મસાલા લાડુ બનાવે છે.

છેવટે ચિત્રગુપ્તની ઓફિસ આવી. મને ધક્કો મારી ઉતારી પાડ્યો. સામે ચિત્રગુપ્ત કોમ્પુટર લઈને બેઠા હતા. નાક પર ઉતરેલા ચશમા ઉપરથી મારા પર વક્ર દ્રષ્ટી નાંખી પુછ્યું "યોર નેઈમ પ્લીઝ!"

મેં કહ્યું " અશોક રાવળ ".

"લેટ મી સી યોર આઈડેન્ટીફિકેશન માર્ક ઓન યોર ફુટ પ્રિન્ટ!"

મેં મારા પગની પાટલીના તળિયા બતાવ્યા. તળિયા કોમ્પુટર સાથે મેચ થયા. ચિત્રગુપ્ત સાહેબે એક ક્લિક કરીને બાવન પાનાનો પોર્ટફોલિયો પ્રિન્ટ કર્યો. એક કોપી મને આપી. 'ગમ ગચ્છ ટુ ગો' જેવા અંગ્રેજીમા સંસ્કૃત પ્રિન્ટ થયેલું હતું. હું ગુજરાતી-ઈંગ્લીસ બોલું તેવું જ. ચિત્રગુપ્તે કહેવા માડ્યું....

'હંઅ...એઝ પર યોર પોર્ટ્ફોલિયો, તું બ્રાહ્મણ છે. જન્મે, પણ કર્મે નહિ. તારા પિતાએ મોટો ખર્ચો કરી તને યજ્ઞોપવિત સંસ્કાર આપ્યા. થોડા દિવસમાં જ જનોઈ કાઢી નાંખી. નિત્ય સંધ્યા તો કરી જ નથી. આવડતી હોય તો કરેને! દેશ છોડી અમેરિકા આવી ગયો. નોકરીમાં ખોટા ખોટા ઓવરટાઈમ કર્યા. ઈન્કમટેક્ષમાં જાત જાતના છીંડા શોધી અપ્રમાણીકતા આચરી. આ બધો રૅકોર્ડ સાચો છેને?

હા સાહેબ!...પણ મેં મારા અનેક સગાવ્હાલાને અમેરિકા બોલાવી તેમને નોકરી ધંધાએ લગાડ્યા છે. મેં મારા બાધાજ વડિલોની બને તેટલી સેવા કરી છે. તેમને જરાપણ દૂભવ્યા નથી. કડવા ઘૂંટડા ગળીને પણ સૌ નગુણા સગાઓ પ્રત્યે સદભાવ રાખ્યો છે. નેત્રયજ્ઞમાં નામ વગર આપેલું ડોનેશન ટેક્ષમાં પણ બતાવ્યું નથી. મારી અનસૂયાને મેં વફાદાર રહીને સાચો પ્રેમ આપ્યો છે. અનેક તકો હોવા છતાં કોઈ લફરાંમા પડ્યો નથી. અમેરિકામાં રહેવા છતાં દારૂને અડક્યો નથી,. માંસાહાર કર્યો નથી...

બસ..બસ. આ બધું પણ તારી પ્રોફાઈલમા છેજ. અને એજ મારે માટે મોટો પ્રોબ્લેમ છે.

યોર ગુડે એન્ડ બેડ ડીડ્સ આર ઇક્વલી બેલેન્સ આઊટ્સ. આવા કેસમાં ક્યાં તો ટોસ ઉછાળી નક્કી કરીએ કે અડધો સમય સ્વર્ગ અને અડધો સમય નર્કમાં મોકલીએ. બીજો એક માર્ગ એ છે કે તને ચોઈસ આપવામાં આવે. એક વખત તું જે નિર્ણય લે તે પર્મેનન્ટ થઈ જાય. બોલ તારે શું કરવું છે?

"સર, આમ તો મારી ઈચ્છા સ્વર્ગની જ છે પણ મને જો પ્રિવ્યુ ની તક મળે તો સ્વર્ગ નર્ક બન્ને જરા જોઈ લઉ."

ચિત્રગુપ્ત સાહેબે જરા માંથું ખજવાળ્યું. ચશ્મા ઊંચા નીંચા કર્યા. કોમ્પ્યુટરમાં ચેક કર્યું. બે ત્રણ ફોન કર્યા.

પછી મને કહ્યું "ઇટ્સ ઓકે. તારી સાથે સ્વર્ગ અને નર્ક બન્ને માટે એસ્કોર્ટ ગાઈડ ની વ્યવસ્થા કરી છે. મેઈક સ્યોર ધેટ યુ મેઈક રાઈટ ડિસીસન."

થોડી વારમાંજ એક વૃદ્ધ સન્નારી ઓફિસમાં આવ્યા.

વૃદ્ધ હોવા છતાં દેખાવમાં જાણે હેમા માલિની. તેજસ્વી ગાંભિર્ય મુખમુદ્રા. પગે લાગવાનું મન થાય એવો પ્રભાવ.

એણે કહ્યું " પધારો આપણે પહેલા કૈલાસલોકમાં જઈશું. પછી વૈકુંઠ અને સંતલોકમાં જઈશું. એમણે ઓઢેલી શાલ પાથરી. એનાપર અમે બન્ને ઉભારહ્યાં.

અમે ઉડ્યા...માઈલો ઊંચા ગગનમાં.

....અમે આવી પહોંચ્યા હિમાચ્છાદિત કૈલાસલોકમાં. શિવજી પાર્વતિમાતા સાથે એક ઈગ્લુ જેવી ગુફામાં હતા. કદાચ ધ્યાનમા હોય કે રતીક્રિડામા હોય! દર્શન લાભ ન મળ્યો. નજીકમાં ગણેશ ભુવન હતું. એસ્કોર્ટમાતાએ કહ્યું " અંદર શ્રી ગણેશજી સિદ્ધી, બુદ્ધી લાભ શુભ અને સંતોષીમાં સાથે શિવલીંગ પૂજન કરી રહ્યા છે. બહાર મહાકાય નંદી અને પર્વત જેવા મોટા ઉંદરજીએ પાર્કિંગ કર્યું હતું. એક તરફ ભૂત ટોળી અને બીજી તરફ ગણેશ ગણો નૃત્ય ગાન કરતાં હતાં.

હું તો શિવ ભક્ત. માનસિક રુદ્રાભિષેક કરી નાંખ્યો. થોડી થંડી ચઢી ગઈ પણ મારું જીવન, (અરે મૃત્યુ!) સાર્થક થયું.

પછી અમે વૈકુંઠલોકમાં ગયા. આહા! શું આલ્હાદક વાતાવરણ હતું! ભવ્ય રાજમહેલમાં વિષ્ણુ ભગવાન લક્ષ્મીજી સાથે નિવાસ કરતા હતાં.

મને દર્શનની ઈચ્છા થઈ. મારાં એસ્કોર્ટમાતાએ જણાવ્યું કે હાલ ચાતુર્માસ ચાલે છે. દર્શન નહીં થાય.

મને તેઓ એક લક્ઝુરિયસ થિયેટરમા લઈ ગયા. ત્યાં થ્રી ડી સ્ક્રીનપર વિષ્ણુભગવાન અને લક્ષમીજીને હિંડોળા પર જોયા, દર્શન કર્યા. થિયેટરના બીજા હૉલમાં નરસિંહ મહેતા અને મીરાબાઈ ભજન કરતા હતાં. બીજા ડાન્સ ફ્લોર પર ગોપીઓની રાસલીલા ચાલતી હતી. એક ખૂણામા થોડા ભાગવતાચાર્યો એકલા એકલા કંઈક મનન કરી રહ્યા હતા. મને અહીંના ભવ્ય મહેલો, બગીચાઓ અને રંગીન સુગંધી ફુવારાઓ ગમ્યા.

રસ્તામા ઈંદ્રલોક આવ્યું. ગેઈટ પર તાળું હતું. મારી આંખ્ ઈન્દ્રની અપ્સરાઓ ને શોધતી હતી. ત્યાંથી અમે ઋષિઓના તપોવનમાં ગયા. અપાર શાંતિ હતી. ઋષિઓને સ્વર્ગ તો મળ્યું હતું. હવે શામાટે આકરું તપ કરતાં હશે! મને નવાઈ લાગી.

આગળ જતાં થોડા આશ્રમો દેખાયા. તેમાં સંતો રહેતા હતા. જ્ઞાનેશ્વર, શંકરાચાર્ય, રામકૃષ્ણ પરમહંસ, વિવેકાનંદ, સાંઈબાબા, અવધૂત મહારાજ, જલારામબાપા, સ્વામિનારાયણ ભગવાન વિગેરે ઘણા હતા. એમના કોઈ ભક્તો દેખાયા નહિ. એમની સાથે થોડાકજ ભક્તો હતા.

મારી પૃચ્છાના જવાબમાં એસ્કોર્ટે જણાવ્યું " બધા ઠગ ભગતો સ્વર્ગમાટે ક્વોલિફાય થતા નથી.

છેલ્લે ગાંધીબાપૂનો આશ્રમ આવ્યો. આશ્રમની બહાર પ્રાર્થનાસભામાં ઈંદ્ર એના દેવગણ સાથે સાદા વસ્ત્રોમાં મુગટને બદલે ખાદીની સફેદ ટોપી પહેરી પલાંઠી વાળીને બેઠા હતાં. બીજી બાજુ ખાદીની સફેદ સાડીમાં અપ્સરાઓ બેઠી હતી. બાપૂજી દેવોને સદાચાર અને સુરાનિષેધ ઉપર વ્યાખાન આપી રહ્યા હતા.

'વૈષ્ણવ જન તો' ભજનથી પ્રાર્થના સભા પૂરી થઈ.

સ્વર્ગ ખરેખર શાંતિધામ હતું.

" હવે આપણે ચિત્રગુપ્તના કાર્યાલયમા પાછા જઈશું. આશા છે કે આપ સ્વર્ગ જ પસંદ કરશો."

અમે ચિત્રગુપ્તની ઓફિસે પાછા ફર્યા. એમણે નર્ક માટે એસ્કોર્ટને ફોન કર્યો. મને થયું, હવે ચોક્કસ કોઈ માથાપર સગડી વાળી ડાકણ આવશે.

નર્ક જોવાની ઈચ્છા બદલ પસ્તાવો થયો.

....પણ આતો મારા આચ્ચર્ય વચ્ચે રાખી સાવંત જેવી સેક્સી અર્ધનગ્ન લલના આવી. વધારે સમજું વિચારું તે પહેલાતો એણે 'હાય મી.અશોક રાવલ, આઈ એમ યોર એસ્કોર્ટ ફોર બ્યુટિફુલ

નર્કલેન્ડ.' આટલું કહેતાં તો અતિપરિચીત હોઉં તેમ હગ કરીને હોઠ સાથે હોઠ ચાંપી દીધા.

કૈલાસમાં થીજી ગયેલું લોહી ગરમ થઈ ફરી શરીરમા વહેવા લાગ્યું.

અહીં યુરોપીયન હેલ, ઈસ્લામીક જહન્નમ અને ઈન્ડીયન નર્કાલય છે. તેમાંથી તને માત્ર ઈન્ડીયન સેક્સનમાજ લઈ જઈશ. અહીંની પરમેન્ટ રેસિડન્સી લેશે તો વિઝીટર વિસા પર બીજા નર્ક જોઈ શકાશે. શીઘ્ર નર્ક યાત્રા પ્રવાસ કંપનીના જુદા જુદા પેકેજ મળે છે.

અમે ડાઉનવર્ડ એલિવેટરમાં પાતાળ લોકમાં ઉતર્યા. અમે જેવા એલિવેટરમાંથી બહાર નીકળ્યા કે હવાઈન સ્ટાઈલથી બિકીનીમાં થોડી કન્યાઓએ પ્લાસ્ટીકના હારથી મારું સ્વાગત કર્યું. મારા કપાળપર કાળું મખમલી તિલક ચોંટાડ્યું. બેટરી ઓપરેટેડ લાઈટથી મારી આરતિ ઉતારી. વેલકમ સોંગ પણ કન્યાઓએ ગાયું. નર્કનો ભવ્ય આવકાર મને ગમ્યો.

મને તો એમ કે સૂર્યનારાયણ વગરના પાતાળમા ઘોર અંધકાર હશે પણ અહિતો રંગબેરંગી નિયોન લાઈટ ઝગારા મારતી હતી. જાણે સુપર લૉગવેગાસ!

એક એકથી ચડિયાતા કૅસિનો, લિકરબાર, સ્ટીપ્ટીઝ અને ગો-ગો બાર. પૃથ્વી પરના માનવ જીવન દરમ્યાન ગેરરસ્તે મેળવેલી

કાળી કમાણી નર્ક એકાઉન્ટમા જમા થાય છે. અહિપણ ભ્રસ્ટાચારી દેશનેતાઓ, લાંચિયા અધિકારીઓ, ભાઈલોગો, પાખંડી ધર્મગુરુઓ લ્હેરથી નર્ક જીવન માણતા હતા.

હું મુંઝાયો. 'મારી પાસેતો અનિતીની કોઈજ કમાણી ન હતી. હું અહિ કેવી રીતે રહી શકું!'

મારી એસ્કોર્ટે શંકાનું સમાધાન કર્યું.

અહિ મંદિરો છે. ભગવાનના નહિ પણ થર્ડ લેવલના સાંપ્રદાયિક ધર્માચાર્યો અને બોલિવુડના એક્ટરોના મંદિરો છે. તેમા થોડી સેવા આપવાથી સવાર સાંજ મહાપ્રસાદ ભોજનની કુપન મળી રહેશે. બારમા ડ્રીંક બધાને માટે ફ્રી છે. વિકમાં એક વાર સ્ત્રી સંગ ફ્રી મળે છે. વધારેની ઈચ્છા હોયતો તમારા એકાઉન્ટમાથી કાર્ડ પર જોઈતી વસ્તુ મેળવી શકાય છે.

મારી રહેવાની વ્યવસ્થા?

તેં વેદિયાગીરી કરીને ખાસ અનીતિની કમાણી નથી કરી એટલે માત્ર ચેરિટી સ્ટુડિયો મળશે. મને એણે સ્ટુડિયો એપાર્ટમેન્ટ બતાવ્યો. જાણે મેનહટ્ટનનો પેન્ટહાઉસ.

મેં મનમાં કહ્યું "રાખ્યો".

"તું તો લેખક છેને!"

'અહિના ગોસિપ મેગેઝિનમાં રસપ્રદ સેક્સી વાતો લખશે તો થોડો પુરસ્કાર અને પત્રકાર તરિકે વી આઈ પી ક્લબોના પાસ મળશે. તું જીવતો હતો ત્યારે તો કોઈએ તને પુરસ્કાર આપ્યો નથી. કાગળ કોમ્પ્યુટરના ગાંઠના ગોપીચંદન કરીને લખતો હતો.'

મને ખાત્રી થઈ ગઈ કે અહીં મારી રંગીન કામનાઓ ભોગવી શકીશ.'

એક જગ્યાએ કંઈક કંસ્ટ્રકશન ચાલતું હતું.

મેં પૂછ્યું, "અહીં શું બંધાય છે?"

અહિ ઠાકરે માટે ધારાવી વસાહત ઉભી કરવામા આવશે. એમાંના ગરીબોને ફરજીયાત સ્વર્ગમા રહેવું પડશે. શીવસેનાના સૈનિકોજ અહીં રહેશે. માત્ર 'મરાઠી માનુસ' ને જ પ્રવેશ મળશે. સ્વર્ગના સહદેવ જોષીએ કહ્યું છે કે આખું બોમ્બે ખાલી થઈ ગુજરાત સૌરાષ્ટ્રના કિનારાઓ પર પ્રસરી જશે.

હવે અમારી પ્રિવ્યુ ટ્રૂર પૂરી થવા આવી હતી.

પ્રવાસનો થાક ઉતારવા અમે સ્ટ્રીપર બારમાં આવ્યા.એસ્કોર્ટે મને બ્લેક લેબલ ની ઓફર કરી, પણ હું તો બ્રાહ્મણ. માત્ર શીવરાત્રીને દિવસે થોડી ભાંગનો પ્રસાદ લેતો એજ.   મેં   દૂધ માંગ્યું. દૂધને બદલે મને સુપ્રિમ ડિલક્સ ફાલુદો મળ્યો.

એસકોર્ટે મારું ધ્યાન દોરતાં જણાવ્યું કે સ્વર્ગના ત્રણ ચાર દેવો વેશ પલટો કરીને ગેરકાઈદે નર્કમાં ઘુસી આવ્યા હતા. ગાંધીજીની

મનાઈ છતાં છાના છપના સુરા-સુંદરી ને નર્કમાં ભોગવી લેતા હતા. માત્ર રાહુ અને કેતુની પાસેજ અહિ આવવાની પરમિટ હતી.

ઓચિંતો પવનનો સૂસવાટો સંભળાયો...હનુમાનજી આવ્યા...શનીને કાનથી પકડ્યો...બે ત્રણ દેવોને બગલમાં દબાવી ક્ષણવારમા ઉડી ગયા.

રાખી સાવંત જેવી એસ્કોર્ટે આલિંગન અને ગરમા ગરમ કિસ સાથે મને વિદાય આપી. કહ્યું, 'સી ઉ સુન'

હું ફરી પાછો ચિત્રગુપ્તની ઓફિસમાં આવ્યો. એણે મારો નિર્ણય પુચ્છો. " રાવલ તારે ક્યાં જવું છે?"

'મારે સ્વર્ગમાં ક્યાં રહેવાનું' મેં પૂચ્છ્યું

તું શીવ ભક્ત છે અટલે કૈલાસમા ભૂત ટોળીમા રહેવાનો અને શીવજીના ડમરૂ સાથે નૃત્ય કરવાનો લાભ મળશે. વૈકુંઠમા ગૌશાળામા ગાયમાતાના પવિત્ર છાણ-મૂત્ર સાફ કરવાનો અલભ્ય લ્હાવો મળશે. બીજી એક શક્યતાછે કે તું ગુજરાતી છે એટલે બાપૂજીના સેવાશ્રમમા એની બકરીની લીંડી સાફ કરવાનું સરળ કામ પણ મળી જાય. જ્યાં ઓપનિંગ હશે ત્યાં તને ગોઠવી આપીશ.... હવે બોલ... 'સ્વર્ગ કે નર્ક... ઈટ્સ યોર ચોઈસ.

મેં ચિત્રગુપ્તને જવાબ આપ્યો "નર્કાલય મને વ્હાલું કે વૈકુંઠ નહીં રે આવું"

પ્રવીણ શાસ્ત્રીની હલકી ફુલકી વાર્તાઓ

.........હવે તમે ઉઠશો! ધર્મપત્ની અનસૂયાનો અવાજ સંભળાયો. કેટલું ઘોરો છો!... ઊંઘમાં શું લવારો કરતા હતા?...વૈકુંઠ નહીં રે આવું... નહીં રે આવું.....એ વળી શું ગાતા હતા?...મોં પર ઓઢેલી ચાદર ખેંચતા શ્રીમતીએ હુકમ કર્યો. 'ફ્રેસ થઈ ચ્હા પી લો. વાર્તા લખવાનું કહેતા હતા તે ક્યારે લખશો?'

૮ મારા જેક અંકલ

"અરે કિન્ની, જોતો! આપનો મયૂર આઈવો છે."

જેકીશન કાકાએ મને ઉમળકાભેર આવકાર આપતાં કિન્નરી કાકીને બુમ પાડીને કહ્યું.

'આવ દીકરા આવ. આ વખતે ઘના ડાડે ભૂલો પઈડો.'

મેં કાકાના ચરણ સ્પર્શ કર્યા. કાકાએ મને બાથમાં લઈ લીધો. કાકી પણ ફેમિલીરૂમમાં આવીને મને વળગી પડ્યા.

ચોવીસ વર્ષની ઉંમરે, બે વર્ષ પહેલા હું અમેરિકા આવ્યો ત્યારે પપ્પાએ મારી સોંફણ-નોધણ એમના ખાસ મિત્ર જેકીશનકાકાને જ કરેલી. કાકા-કાકીએ મને પહેલેથી જ પ્રેમપૂર્વક સાચવેલો. એમના રેફરન્સથી આવતાંની સાથે જ મને બેંકમાં સારી જોબ મળી ગયેલી. છ મહિના પછી જ્યારે મેં મારો એપાર્ટમેન્ટ માંડ્યો ત્યારે દીકરીને વિદાય આપતાં હોય તેમ રડેલા.

સુરતમાં જન્મેલા અને મોટા થયેલા જેકીશન કાકાનું આખું નામ જેકીશનદાસ ગમનદાસ ગાંધી. ખાવાપીવા ના શોખમાં અને રહેણી કરણીમાં પાક્કા સુરતી. આમતો જેકીશનકાકા એમ.કોમ. ગોલ્ડ મેડાલિસ્ટ હતા. બે-ત્રણ વર્ષ કોલેજમાં લેક્ચરર પણ હતા. એમના શબ્દોમાં " માસ્તરગીરીમાં કંઈ બઉ પૈહા ની મલે એતલે બાપાએ એના ધંધામાં લગાવી દીધેલો."

બીજાની સાથે વ્યવસ્થિત વાત કરતા જેકીશનકાકા અંગત માણસો સાથે અસ્સલ સુરતી થઈ જતા. પહેલાંતો કોઈક વાર સુરતી ગાળ પણ આવી જતી પણ કાકીએ તે ટેવ છોડાવી દીધી હતી. એ કહેતા

'ફડકો મારીને, હાથે ખાવાની જે મજા આવે તે ચમચા-કાંટાથી ની આવે. તેમજ મોલ્લાની સુરતી બોલીમાં જે ફાવટ આવે તે નિહાળની, શબ્દોના સાંથીઆ પુરેલી ભાષામાં ની આવે.'

કિન્નરીકાકી પણ ગ્રેજ્યુએટ હતા. કવિસંમેલનો ચૂકતાં નહીં. વાંચનનો શોખ. ઘરમાં સરસ લાયબ્રેરી. જાતે કવિતાઓ લખતાં. વિભિન્ન પ્રકૃત્તિ હોવા છતાં તેમના સમયના શમ્મીકપુર જેવા હેન્ડ્સમ દેખાતા કાકા સાથે પ્રેમ થઈ ગયેલો. આંતરજ્ઞાતીય લગ્ન થઈ ગયેલા. કાકા-કાકીએ, એ પ્રેમ હસતા રમતા જિંદગીભર નીભાવ્યો. કાકી મર્માળું હસતાં કહેતાં પણ ખરા, 'હજુ પણ એ સ્વર્ગસ્થ ગોળમટોળ, હેવી ડ્યુટી શમ્મીકપુર જેવાજ છે. એમણે પણ બાપ-દાદાનો વારસો લીધો છે. ધેસ્ટ વ્હાઈ આઈ લવ હિમ. બિચારા કાકાને શમ્મીકપુર જેટલી પ્રસંસક છોકરીઓ કે ફેમસ પત્નીઓ નથી મળી. હું બેઠી છું ત્યાં સુધી તો બીજી કોઈ ભાવનગરીઅન મળવાની પણ નથી.

એમનો સંસાર સુખી છે. અમેરિકામાં વ્યાપારી કુનેહથી કન્વીનીયન્સ સ્ટોર અને મોટેલમાં ખુબ કમાયા. બે દીકરીઓને સારૂં ભણાવીને સાસરે વળાવી. કાકીના એક બોલ પર બિઝનેસ સંકેલી નિવૃત થઈ, બન્ને હીંચકે ઝૂલતાં હતા. આવા સહૃદયી દંપતીને મળવા

હું દોડી આવતો.

'કેમ દીકરા! જોબ બરાબર ચાલે છે ને? તને ફાવી ગયું ને? કંઈ પ્રોબ્લેમ બ્રોબલેમ તો નથીને? કંઈ પન હોય તો મુંઝાતો નઈ. સી.ઈ.ઓ સાથે આપની પાક્કી દોસ્તી છે. મેં તેની સાથે વાત કરી છે. થોરા ડારામાં તારા પ્રમોશનનું ગોઠવાઈ જહે.' કાકાએ મોઢામાં માવો ચાવતાં કહ્યું.

'બેટા મયૂર! ઈન્ડિયામાં પપ્પા મમ્મી મજામાં છે ને? હમણા તને બીજી પ્રવૃત્તિ કે પછી કોઈ છોકરી મળી ગઈ છે કે તું દેખાતો નથી? કાકીએ પ્રેમથી પૂછ્યું. 'તારી હાજરીમાં દીકરીઓ દૂર છે તે ભુલી જવાય છે.'

'કાકી! તમને ગમે એવી વાત છે. મને બે-ત્રણ મજાના મિત્રો મળી ગયા. બધાજ સિંગલ છે. મહિનામાં એક બે વાર મળીને સાહિત્ય ગોષ્ઠિ કરીએ છીએ. ઈન્ડિયાથી માસિક અને સાપ્તાહિકો મંગાવીએ છીએ. વાંચીને ચર્ચા કરીએ છીએ. મજા આવે છે. જો તમે અમારે માટે સમય કાઢો તો અમને આનંદ થશે અને કંઈક શીખવાનું મળશે. ઈન્ડિયામાં થોડું લખતો હતો. પાછું લખવાનું શરૂ કરવું છે.

''અરે! આતો બહુજ સરસ વાત છે.' કાકીએ વાત વધાવતાં પ્રોત્સાહન આપ્યું.

હંઅ...હંઅ...હંઅ...હંઅ... કાકા હીંચકા પરથી સીંકમાં માવો થુંકી આવ્યા.

"શું મારા સસરાનું કપાળ સરસ! છોકરો તારી જેમ મફતના ધંધાના રવાડામાં પડવા જાય છે એને વાળવાને બદલે નિસરણી આપે છે? જો મયુર, બાવીસ કલાક બાળીને બે પાના લખીને કયો ડલ્લો કમાવાનો છે? સાંભળ તારી કાકીને માટેતો હું બાર હાથનો કમાવાવાળો બેઠેલો. તને કમાઈને ખવડાવનારી કોઈ બેઠી છે? લખવા બખવાના છંદમાં પડવા જેવું નથી. ગાંડો થઈ જશે ગાંડો. ટાઈમ મળે ત્યારે વાંચ કે દોસ્તારો સાથે ગપ્પા માર."

" લખવાના ચસ્કા છોડ. બે પાના લખવા માટે બાવીસ કલાકનો ધુમાડો કરશે. બાવીસ કલાકના ઓવરટાઈમમાં જેટલા ડોલર મળશે તેટલી પેની પણ, તારા બે પાનાના લખાણમાંથી નહીં મળશે."

કાકા ખરેખર સીરીયસ હતા. કડક ગુજરાતી બોલતા હતા. તેમની સામે હું દલીલ ન કરી શક્યો. મારે માટે અમેરિકામા તેઓ એક માત્ર વડીલ હતા.

મારો ઉતરેલો ચહેરો જોઈને તેઓએ ટોન બદલ્યો. 'જો બેટા, એક કામ કર! તારા બધા બધ્ધા દોસ્તારોને મારે ત્યાં જ લઈ આવજે. કેમ ખરુંને કિન્ની? તને પણ મજા આવશે. અહીં ખાઈ પીને મજેથી વાતો કરજો, ને કાકી પણ સરસ કવિતાઓ બોલશે.'

'અરે યાદ આઇવું. તારા બાપા ને હું ચોથામાં સાથે જ ભનતા ત્યારે માસ્તરે મને હાથમા ફૂટપટ્ટી મારેલી. 'મને પૂછ, કેમ?'

'કેમ કાકા?' કાકી પણ ન જાણેલી પોલ જાણવા અધીરા થઈ

ગયા.

મૌખિક પરિક્ષા હતી. મને નરસી મેતાની કવિતા પૂછી. મને તો આવડતી હતી. મેં તો બોલવા માંડી. માસ્તરે બરાડો પાડ્યો. ગધેડા, કવિતા બોલવાની નહીં હોય. ગાવાની હોય. બે વાર મારા હાથમાં ફૂટપટી ચમચમાવી દીધી. મેં રડતાં રડતાં ગાવા માંડી. મારા રાગની કદર કરીને અડધી લાઈનથી જ મને બેસારી દીધો. ફુલ માર્ક સાથે. તારી કાકી મારા માસ્તર પાસે નઈ ભનેલી, એતલે હજુ પન કવિતા બોઈલા કરે છે. ખરૂંને કિન્નાી?'

સાહિત્ય શત્રુ કાકાને જવાબ આપવાને બદલે કાકી માત્ર મલક્યા. કાકીએ જીંદગીનો પનારો, પ્રેમ અને રંગતથી માંણ્યો અને પાળ્યો હતો.

કાકાએ ફરી ભાવ પ્રમાણે ભાષા બદલી.

"મયૂર તારે કેવા રાઈટર થવું છે? એમૅચ્યોર, પ્રોફેશનલ કે કોમર્સીઅલ?"

"મને સમજાયું નહીં."

"જો તને મારી રીતે સમજાઉં."

"આમતેમ થોડું લખીને, નામ છપાવવાના અભરખાએ લખતા મફતિયા લેખકોને હું એમૅચ્યોર રાઈટર ગણું છું. વિદ્વાન પ્રોફેસરો અને ચિંતકો, સમજી વિચારીને, સંશોધન કરી એનો નિચોડ વાંચકોને આપે

છે તેઓને હું પ્રોફેશનલ રાઈટર સમજું છું. સાહિત્ય જગતમાં એમનું માન અને સ્થાન ઉચ્ચ અને આદરણીય છે.

કાકા અટક્યા. માવાની પડિકી ગલોફામાં દબાવી અમારી સામે જોતા રહ્યા.

મારે પૂછવું પડ્યું. "કાકા, અને કોમર્શિયલ રાઈટર્સ?"

"તેવા રાઈટર્સ પત્રકાર તરીકે, દૈનિક, સાપ્તાહિક કે માસિક પ્રકાશન સાથે જોડયલા હોય છે. પેટને માટે કોન્ટ્રાક્ટ મુજબ સતત માલ મેન્યુફેક્ચર કરતા રહે છે. ક્વોલિટી પ્રમાણે તેમને નામ, દામ અને વાંચકોની દાદ મળે છે. એ લોકો ધંધાધારી લેખકો છે. એઓ શરૂઆતમાં સારું લખે; પછી સબ્જેક્ટ્સ ઈવાપોરેટ થઈ જાય અને ઠોકાઠોક શરૂ કરી દે. બિચારાઓની દયા આવે."

"એક બીજી જાતના લેખકો પણ હોય છે. કેટલાક એની બૈરીથી ધરાઈ ગયેલા કે ઉબકાઈ ગયેલા હોય તેવા લેખકો બ્યુટિફુલ છોકરીઓની સેક્સી વાતો લખીને પોતાની કલ્પનામાં રાચતા હોય છે. પેલો જગો એવું જ બધું લખતો અને સાલો એ ચોપડી, પાછો એની બૈરીને જ અર્પણ પણ કરતો. આ બધું તો મારો કૉલેજનો ભાઈબંધ કહેતો." કાકા જવાબદારીમાંથી સિફત થી છટકી ગયા.

"બોલ તારે શું થવું છે?"

હું નિરૂત્તર રહ્યો.

'એક વાર મારી વાર્તા પણ છાપામાં આવેલી. મારા નામે. લેખક - પ્રા. જે. જી. ગાંધી. વટ પડી ગયેલો.' એ ફરી અટક્યા.

મને નવાઈ લાગી.

કાકાએ આગળ ચલાવ્યું.

"તે વખતે હું કોલેજમાં માસ્તર હતો. એક દિવસ હું કોલેજ કેન્ટિનમાં ચા પીતો બેઠો હતો ત્યારે ચા બનાવતો રમેશ મારી પાસે આવ્યો. સાહેબ મારે એક વાત કરવી છે. મારાથી આર્થિક સ્થિતીને કારણે ભણાયું નહીં પણ વાંચવા લખવાનો શોખ છે. થોડું લખ્યું છે પણ કોઈ છાપતું નથી. સાહેબ, તમને જો વાંધો ન હોય તો મારે તમારે નામે મારી એક નવલિકા રવિપુર્તિમાં મોકલવી છે. તમારું નામ જે. જી. ગાંધી લખીશ અને સરનામું પણ તમારું જ આપીશ. મેં વગર વિચારે હા પાડી."

"બીજા રવિવારે પ્રા.જે.જી. ગાંધીની નવલિકા પ્રગટ થઈ. વહેલી સવારે રમેશ દોડી આવ્યો."

"સાહેબ આપણી વાર્તા આવી. વાર્તા સરસ હતી." મેં એને અભિનંદન આપ્યા.

"બે દિવસ બાદ પંચોતેર રૂપીયાના ચેક સાથે તંત્રીએ લખતાં રહેવાનું સૂચન કર્યું હતું."

"તારી કાકીએ રમેશને બોલાવી જમાડ્યો. બીજા પચ્ચીસ

ઉમેરીને તેના હાથમાં સો રૂપીયા મુક્યા".

"સાહેબ, આપણે આ રીતે જ લખતા રહીશું"

મારે બદલે કાકીએ જ જવાબ વાળ્યો. "ના ભઈલા. તું તો સરસ લખે છે. આત્મવિશ્વાસ રાખ. તું તારા નામે જ લખ અને મોકલ."

કાકીએ તંત્રીને પત્ર લખ્યો. અર્ધસત્ય. 'પ્રા.ગાંધીને કથા બીજ આપનાર યુવક રમેશ પટેલ એક નવોદિત લેખક છે. ઘણું સરસ લખે છે. પ્રગટ કરવા યોગ્ય કૃતિને આપના પ્રકાશનમાં સ્થાન આપશો.'

પછી તો મેં કોલેજ છોડી. રમેશનું શું થયું તે ખબર નથી.

માસ્તરગીરી છોડી પણ લેકચરગીરી છોડી નથી. છોકરાને ભુખ લાગી હશે તેનોતો વિચાર કરો. હું ડિનરની તૈયારી કરું છું ખાતાં ખાતાં વાતો કરજો. અમે ડિનર ટેબલ પર ગોઠવાયા. કાકાએ વાતનો દોર ચાલુ રાખ્યો.

"તને તો ખબર છે કે કાકીને કવિતાઓ નો શોખ છે. હું હાઈસ્કુલમા હતો ત્યારે કવિતાનો ડુચો કરી મારા પર નાંખતી. હું ફિલમના ગીતોનો ડુચો કરી જવાબ આપતો. લગન પછી મને એની કવિતાઓનો વેપલો કરવાનું મન થયું. એની લખેલી કવિતાઓનો સંગ્રહ "કવન પરાગ" મારે ખર્ચે પ્રકાશિત કર્યો. લગભગ હજાર કોપી હતી. પચાસ-પંચાવન મફતમાં સાહિત્યકારોને મોકલી. તેઓએ ઔપચારિક વખાણ કર્યા. સોએક કોપી ઓળખીતાઓને આપી. સોએક લાયબ્રેરીમાં મોકલી. પચાસેક નકલો કવિસંમેલનના ડેસ્ક પર વેચાઈ.

બાકીની બુકસેલરને આપી. તેમણે સાંઠ ટકા ડિસકાઉન્ટમાં સ્ટુડન્ટોને વીસ પચ્ચીસ વેચી. બે વર્ષ પછી બધા બંડલો પાછા આવ્યા. અત્યારે ઍટિકમાં ધૂળ ખાતાં પડ્યા છે."

"તે વખતે આકાશવાણીના કાવ્ય દર્શન પ્રોગ્રામમાં કાકીની કવિતાઓ વંચાઈ. વિવેચકોએ ખૂબ વખાણ કર્યા. પણ મળતર!... તે જમાનામા કાકાએ કવિતાના વેપલામાં ચારહજાર ત્રણ્સો પચાસ રૂપિયાની ખોટ ખાધી. લોકો મફતનું વાંચે, પણ ચોપડાં ખરીદે નહીં. બોલ! તારે એવા વેપલામાં પડવું છે?

"મને કાકીને માટે માન ઉપજ્યું. કાકાની દયા આવી. વડીલને મારાથી કહી શકાયું નહીં કે કલા સર્જન નું મૂલ્ય રૂપિયા-પૈસાથી કે ડોલર-ડાઈમથી નહીં અંકાય.

કાકીએ હસતાં હસતાં વાત વાળી લીધી. કાકાની વાતમાં પણ આંશિક સત્ય તો ખરૂંજને! અરે આતો આપણાં શોખની વાત છે. આવતા શનિવારે સાંજે આપણે અહીં જ ભેગા મળીશું. બધાને લઈ આવજે. બધાએ ડિનર પણ અહીં જ લેવાનું.

કાકાએ પણ સૂર પુરાવ્યો. બરાબર છે. મને પણ જુવાનીઆઓ સાથે લેકચરબાજીની મજા આવશે. બે કરતાં બાર ભલા.

અમારી સાહિત્ય સભાના સભ્યો પાંચમાં થી પચ્ચીસ થયા. કેટલાકને સાહિત્ય ગમતું. કોઈકને કાકા-કાકીની સુરતી મહેમાનગીરી

ગમતી તો કોઈને કાકાની 'જેક ઓફ ઓલ ટ્રેડ'ની વાતોમાં મજા આવતી. મારા બધા મિત્રો કાકાને 'જેક અંકલ' કહેતા. પ્રકાશનના ધંધામાં ગુમાવેલા પૈસાનો રંજ કરતા કાકા, અમારા જેવા મહેમાનો પાછળ ખર્ચો કરતાં અચકાતાં નહીં. આજુબાજુ માણસોની હૂંફ તેમને ગમતી. કાકી મારું લખાણ વાંચતા, સુચન કરતાં પણ મઠારતા નહીં. મારા મેનેજર ન્હોતા પણ મને અને મારા લખાણને કંટ્રોલ કરતા.

.......અને એક દિવસ કાકાનો ફોન આવ્યો. 'મયૂર આવતા શનિવારે તમારી મીટિંગ બંધ. કાકી બહાર જવાના છે અને મારે રેસ્ટોરાન્ટમાં પાર્ટીમાં જવાનું છે. તારે મને લઈ જવાનો છે. બરાબર પાંચ વાગ્યે મને લેવા માટે આવી રહેજે.'

કાકાની આજ્ઞાના ઉલંઘનનો સવાલ જ ન્હોતો. સમયસર કાકાને લઈને પાર્ટીહોલ પર પહોંચી ગયો. દાખલ થતાંની સાથે 'સરપ્રાઈઝ મયૂર, કોન્ગ્રેચ્યુલેશન મયૂર ના અવાજોથી હોલ ગાજી ઉઠ્યો. હું ખરેખર ડગાઈ ગયો. જોયલા ન જોયલા ચહેરાઓથી હોલ ભરાયલો હતો. કાકીએ મારા હાથમાં ફેક્ષ મુક્યો. 'કર્ણાવતી ડાઈજેસ્ટ'ની નવલિકા સ્પર્ધામા મારી વાર્તા "તાપી તારા અવળા વ્હેણ" ને રૂપિયા પચ્ચીસ હજારનું પહેલું ઈનામ લાગ્યું હતું. મારી વાર્તા કાકીએ જ મોકલેલી. મિત્રો ઉપરાંત પત્રકારો, જાણીતા સ્થાનિક સાહિત્યકારો અને વિડીયોગ્રાફરને પણ બોલાવ્યા હતાં.

કાકા કાકીએ જોધપુરીમા શોભતા એક આધેડ પ્રભાવશાળી

વ્યક્તિ સાથે ઓળખાણ કરાવી. "આ અમારા ખોવાઈ ગયેલા રમેશભાઈ છે. હાલમાં લંડનમાં "કિન્નરી" સાપ્તાહિક ચલાવે છે."

મેં કાકા કાકી અને રમેશભાઈની ચરણરજ માથે ચડાવી.

રમેશભાઈએ મને પ્રેમથી કહ્યું 'કિન્નરી માટે પણ લખતો રહેજે.'

કાકીને મારી અને રમેશભાઈની સિધ્ધિનું ગૌરવ હતું.

કાકાને મારી પચ્ચીસ હજારની કમાણી અને રમેશભાઈની સફળતાથી સંતોષ હતો.

કાકાએ મારા ચારસો ડોલરના ઈનામના સેલિબ્રેશન માટે ચાર હજાર ડોલર ખર્ચ્યા હતા.

૯ દ્રૌપદીનું રામાયણ

'હોલી શીટ્સ, જીસસ, શીટ્સ, શીટ્સ....'

'અંજુ, આવા ડર્ટી વર્ડ્સ કોલેજમાં શીખી? આવા શબ્દોના બોલાય. છોકરીઓએતો ન જ બોલવા જોઈએ. જરા બોલવાનું ભાન રાખ અને રસ્તા પર ધ્યાન આપ.'

'સોરી દાદીમા.'

'ઈટ્સ સ્ટુપીડ.... તમે ચાર પાંચ વાર મહાભારત સીરીયલની સીડી જોઈ છે મને યે પરાણે બેસાડી હતી. તો આજે પાછા બાવાની કથામાં કઈ નવી વાત જાણવા તમારો ટાઈમ વેસ્ટ કરવા ગયા હતા?'

'અંજુ બેટી એ બાવા નથી. વિદ્વાન બાપુ છે. કોલેજના રિટાયર્ડ પ્રિન્સિપલ છે.'

'એકની એક વાત ડિફરન્ટ વર્ડમાં રિસાયકલ કરતા હશે. પણ સ્ટોરી તો એકની એક જ ને. નવરાના ધંધા.'

'જો બેટી, તારા બન્ને હાથ સ્ટીયરીંગ પર રાખ અને રોડ પર નજર રાખ. તારા નાની આખો દિવસ ઘરમાં બેસીને કંટાળી જાય. ઈન્ડિયાથી ફરવા આવ્યા છે. એમને આપણે બહાર ફરવા તો લઈ જવા પડેને! એટલે અમે સપ્તાહમા ગયા હતા અને કાલે પણ જઈશું.'

અંજલિ બન્ને હાથ હવામાં ઉછાળતી અને થોડી થોડીવારે સ્ટીયરીંગ્ વ્હિલપર હાથ ઠોકતી ડ્રાઈવ કરતી હતી. એના માઉથમાંથી કુદકો

મારી બહાર આવવાની તૈયારી કરતા 'એફ્' વર્ડને પરાણે અટકાવી રાખવાનું ફ્રસ્ટ્રેશન એની બોડી લેન્ગ્વેજથી જ છતું થતું હતું. જો ફ્રેન્ડ હોત તો એ અભદ્ર ગણાતા શબ્દો મોંમાં ગોંધાયલા ન રહ્યા હોત. વાંચ્યું હતું કે સલમાન જ્યારે એશને હેરાન કરતો હતો ત્યારે એશે પણ છૂટથી આવા વર્ડમાં જ ગુસ્સો વ્યક્ત કર્યો હતો.. પણ બબ્બે ગ્રાન્ડમધરની સાથે તો કાબુ રાખવો જ રહ્યો.

ઓગણીસ વર્ષની કોલેજ ડોર્મમાં રહીને ભણતી અંજની સ્પ્રીંગ બ્રેકમાં ઘરે આવી હતી. એની આખી સાંજ નો પ્રોગ્રામ એની ગેંગ સાથે પ્લાન થઈ ચૂક્યો હતો. ઈટ વોઝ TGIF. અને મમ્મી માર્સલનો ફોન પર ઓર્ડર ફાટ્યો.

‘અંજુ, જ્યાં જવાની હોય ત્યાં જજે પણ દાદીમાં અને નાનીમાં કથામાં ગયા છે એને લઈ આવજે. યુ આર ધેર લવીંગ એન્ડ ફેવરીટ ગ્રાન્ડ ડોટર.’

‘પણ મોમ તું જ લઈ આવજે. તારા તો રસ્તામાં જ છે ને? ને તું પણ લવીંગ ડોટર અને ડોટર ઈન લો જ છેને? તારો રાઈટસ મારે નથી લઈ લેવો. ઇટ ઈઝ યોર રાઈટ્સ એન્ડ એસ્ટાબ્લિસ્ડ રિસ્પોન્સીબીલીટી, એન્ડ રિલિજીયસ ડ્યુટી ટૂ. મોમ!’

‘મારે જોબ પરથી ડાયરેક્ટ મારા કલીગની રિટાયરમેન્ટ પાર્ટીમાં જવાનું છે. યોર ડેડ ઈઝ ઓલ્સો કમીંગ ઘેર.’

‘તો મોટાભાઈ કે ભાભીને કહેને?’

'ભાભીની ભાભીને આજે જ બેબી બોય આવ્યો છે. એટલે ભાઈ ભાભી સીધા હોસ્પીટલ જવાના છે.
તું ચાર વાગ્યે ત્યાં પહોચી જજે. લગભગ ફોરથર્ટીએ કથા પૂરી થાય. પાંચ વાગ્યે તો તું ફ્રી. પછી જ્યાં ભટકવું હોય ત્યાં ભટક્યા કરજે. ઈટ્સ યોર વેકેશન, યોર્ ફ્રી ટાઈમ. યુ ડિઝર્વ ઈટ. આઈ લવ યુ' કહીને મોમનો ફોન શાંત થઈ ગયો અને અંજલિના બ્રેઈનમાં ઉલ્કાપાત શરૂ થઈ ગયો.

ડેડીની વરસો જૂની ખખડી ગયેલી સ્પેર કાર લઈને ફ્રેન્ડસ સાથે જવું ન હતું એટલે તો બોબીને કહેલું કે યુ પીક મી અપ. મોસ્ટ હેન્ડસમ બોબીએ એને માટે તો મીના સાથેની ડેઈટ કેન્સલ કરી હતી. એમ તો સાલા જોયે તો સામેથી કહેલું 'અંજુ બેબ જ્યારે રાઈડ જોઈએ ત્યારે આ બંદા ની સવારી તારે માટે તૈયાર જ છે. હેવી ડ્યુટી હર્ષદ-હેરી તો અંજુને કાર વગર જ ખભે બેસાડીને મેરેથોનમાં દોડે એવો છે પણ બોબી એટલે બોબી. એ બિચારો ફોર ઓ ક્લોક પીક અપ કરવા આવવાનો હતો તેને બદલે ફાઈવ ઓ ક્લોકનું કહેવું પડયું. વન અવર ફન ટાઈમનો સેક્રીફાઈસ. પણ **OMG** વાંકા ફંટાયા.

જ્યારે અંજલી કથાના હૉલ પર પહોંચી ત્યારે બાવાજી વ્યાસપીઠ પરથી 'રક્ષા કરો - રક્ષા કરો'નું ભજન ગાતા ગાતા દ્રૌપદીના ચીર હરણની મલાવી મલાવીને ગપ્પાબાજી કરતા હતા. બાવાએ એની સામે એક છૂટા પેઈજની અસલ મોટ્ટી બુક રાખી હતી. એમાંથી એ કાંઈ વાંચતો ન હતો. એ શોભામાં મુંકવી પડે એટલે જ મુંકાઈ હતી.

અંજલી ખાત્રી પૂર્વક માનતી હતી કે બાવાએ એની આખી જીદગીમાં આ બુકનું એક પણ પાનું વાંચ્યું ન હશે.

જો કે અંજલિએ પણ રામાયણ અને મહાભારતની અંગ્રેજી સબટાઈટલવાળી સીડી જોઈ જ હતી. એની બીનધાર્મિક ટીકા અને કોમેન્ટથી ત્રાસીને દાદીમાએ કપાળ ફૂટીને અંજલિની સાથે બેસીને સીડી જોવાનું માંડી વાળ્યું હતું.

એકવાર ભાભીએ ઈરાદા પૂર્વક નણંદ નામના હિંગના ઝાડને હલાવ્યું હતું.

"અંજુબેન આ બધા પાંડવોમાંથી તમારે કોઈ એકની સાથે પરણવું હોય તો તમે કોની સાથે પરણો? આખું કુટુંબ બેસીને આનંદથી વાતો કરતું હતું. અંજલિએ પ્રશ્નવિરામ પૂરું થતાં જ સ્પષ્ટ ઉત્તર ચપકાવી દીધો. પાંડવો તો બીલકુલ, હનડ્રેટ પરસેન્ટ કાવર્ડ. યુઝલેસ બાયલાઓ. લાસ્ટ વોરમાં લુચ્ચાઈ કરીને જ જિતેલા. માય ચોઈસ ગોઝ ટુ કૌરવ એન્ડ એવૉર્ડ ગોઝ ટુ દુર્યોધન. દુર્યોધન........

ને ડેડીએ હસી કાઢ્યું. ભાભીને એ વાંદરીને નચાવવાની સારી આવડત હતી. મોટાભાઈએ બહેની માટે વધારે સારો ઓલ્ટરનેટિવ બતાવ્યો.

'હાઉ એબાઉટ શકુની.'

‘સ્યોર મોટાભાઈ. આ બધ્ધામાં એ મોસ્ટ ઈન્ટેલીજન્ટ મેન હતો. તમ તમારે શુકનનો એક ડોલર આપી આવજો.’

મોં ફાટ બોલવાને ટેવાયલી અંજલી બધાની લાડકી હતી. સારજન્ટ

મમ્મી એકની દીકરીને સામ, દામ, દંડ અને ભેદથી અંકૂશમાં રાખતી. ઘરમાં મમ્મીમો વર્ડ ફાઈનલ ગણાતો.
આવી વાતથી ત્રાસ થતો માત્ર દાદીમાંને. દાદીમાં કાંઈ અભણ ન હતા. ઓગણીસસો પંચાવનના કોલેજ ગ્રેજ્યુટ હતા. માથે ચડાવી મુકેલી બીગમાઉથ અંજુડીના જનમ પહેલાથી અમેરિકામાં હતા. પણ આવી વાતો પચાવી શકતા ન હતા. છેવટે આખરી બ્રહ્માસ્ત્ર વપરાતું. આઈ ડોન્ટ વોન્ટ ટુ લીસન યોર ગાર્બેજ. અને હોમપાર્લામેન્ટમાંથી વોક આઉટ કરી જતા.

આજે એજ દુર્યોધન-દુઃશાસને એના ડેઈટ પ્લાનની પત્તર ફાડી નાંખી હતી.

એ તો બરાબર ચાર વાગ્યે ત્યાં પહોંચી ગઈ હતી. હોલમાં ઠસોઠ્સ ગીર્દી હતી. એણે દુરથી બન્ને ડોસીમાંઓને જોયા. બેઠેલા ભક્તોના પગ કચડતા કચડતા માજીની સાઈડમાં પહોંચી. ટ્રાફિક સ્ક્વેર પર ઉભેલા ઈન્ડિયન પોલિસની જેમ હાથ ઉંચાનીચા કરી દાદી-નાનીને સિગ્નલ આપી જોયા. બન્ને ડોસીમાંઓ એક ધ્યાનથી બાવાની વાક્ધારા ઝીલતાં હતાં. વાણી વર્ષામાં ભીંજાઈને તરબોળ થતા હતા. એઓને ક્યાં આજુબાજુ જોવાની ફૂરસદ હતી.

અંજુડીની વ્યથા ગ્રાન્ડમધરો સિવાયના અધર જોઈ શકતા હતા. બાજુમાં બેઠેલી એક ભાવિક બેન ક્યારના અંજુને જોતા હતા. અંજુની

દયામણી નજરમાં એને દ્રૌપદીની વેદના દેખાઈ. એનામાં કૃષ્ણનો વાસ થયો. એણે અંજુની દાદીમાં ને ખભા પર આંગળીથી પૉક કરી અંજુ તરફ ધ્યાન દોર્યું. ગ્રાન્ડ્માએ અંજુ સામે જોયું. નાક પર આંગળી મૂકી ચૂપ મરવા આદેશ આપ્યો અને વસ્ત્રાહરણની ગાથામાં ગરકી ગયા.

ચારને બદલે બરાબર સાડા છ વાગ્યે કથા પૂરી થઈ. અંજુ ઈન્ડિયાની શાકમાર્કેટમાં જેમ નીચે શિંગડે ગાય ધસે તેમ ધસીને દાદીમાં પાસે પહોંચી.

'લેટ્સ ગો દાદીમાં. આઈ એમ લેઈટ.'

પણ દાદીમાએ ખૂબ થંડે કલેજે કહ્યું 'સીટ ડાઉન' હમણાં આરતી થશે. આરતી પછી તરત નીકળી જઈશું.'

અરે! પણ આરતી ક્યારે?

આરતીનું ઓક્શન શરૂ થયું. દાદીમાંએ પણ આરતીના ઑક્શનમાં ઉત્સાહથી ઝંપલાવ્યું. આવો લાભ ક્યાં વારે વારે આવે છે! પણ છેવટે દાદીમાં એકાવન ડોલરથી આગળ ન વધી શક્યા. અંજલિના રોમેન્ટિક ઈવનીંગની બીજી પિસ્તાળીસ મિનીટનો સંહાર થઈ ગયો. છેવટે આરતી પૂરી થઈ. અને મહાપ્રસાદની જાહેરાત થઈ.

કોઈ પણ ભક્ત મહાપ્રસાદ વગર જશો નહીંની આગ્રહ પૂર્વકની વિનંતીઓ થઈ.

દાદીમાં સીધા લાઈનમાં દોડ્યા.અંજલિએ ઉપર નીચેના દાંતો પીસીને દાદીમાને ઠપકાર્યા.
'ગ્રાન્ડમાં ઘરે જઈને જમજો ને! પ્લીઝ'
'ગાંડી થઈ છે? પ્રસાદ લીધા વીના તે જવાતું હશે? જો નાનીમાએ તો સવારે માત્ર ચા જ પીધી છે. લંચમાં ફ્ળાહાર પણ કર્યો નથી. તને તો ખબર છે કે ઘરમાં તારી મમ્મી પણ નથી. તારી ભાભી પણ નથી. તને તો કુકીંગ કરતાં આવડતું જ નથી. હું તો રસ્તામાં પીઝા ખાઈને પણ ચલાવી લઉં, પણ બિચારા નાનીમાંનું શું? ચાલ ચાંપલાસ કર્યા વગર બે પ્લેટ લઈને લાઈનમાં ઊભી રહે. એક તારી ડીશ અને એક નાનીમાંની.'

'આઈ ડોન્ટ વોન્ટ ટુ ઈટ.'

'ઓકે. આઈ ડોન્ટ કેર. તો હું પણ નાનીમા સાથે બેસું છું. એક ડીશ મારે માટે અને એક નાનીમાં માટે લઈ આવજે.'

અને વાક્ય પૂરું થતાંજ રફ અને ટફ ગ્રાન્ડમાં નાનીમાને લઈને સ્થાન જમાવી દીધું. જો અંજલિ એનીમેટેડ કેરેક્ટર હોત તો એના બન્ને કાનમાંથી ધૂમાડા નીકળતા હોત. એના યંગ ભેજામાંથી ભારતીય ભદ્ર ગાળો ડોસીઓ માટે અને અભદ્ર ગાળો બાવા માટે નીકળવાની તૈયારીમાં હતા.

બિચારી અંજલી બે હાથમાં બે ડીશ પકડીને ડેડી અને મૉમની 'મોમો'ની ફરજીયાત સેવામાં સપડાઈને વારો આવે તેની રાહ જોતી હતી.

હવે એવું બન્યું કે એની આગળ એક ડોસા બાપા પ્લેટ લઈને ઉભા હતા. ત્રણ ચાર જુવાનીયા છોકરાઓનું ટોળું આવ્યું. બધાએ વારાફરતી ડોસાના ચરણસ્પર્શ કર્યા અને ટોળું લાઈનમાં ભરાઈ ગયું. આ તો હદ થઈ ગઈ. અંજલિએ રીતસરની ત્રાડ નાંખી.

'એઈ..... ઓલ્ડમેનના બ્લેશિંગ્સ લઈ લીધા હોય તો ગો બેક ઈન ધ લાઈન. વ્હેન ધીસ દેશીઝ ગોઈંગ ટુ લર્ન સોસિયલ ડિસિપ્લીન?

અને એકદમ સન્નાટો.

આખરે રાત્રે સાડાનવ વાગ્યે બન્ને સત્સંગી ગ્રાન્ડમધર -'મધરો' સંતૃપ્ત થઈને કારમાં ગોઠવાયા.
હોલી શીટ્સ, જીસસ, શીટ્સ, શીટ્સ....

.

'અંજુ, જરા બોલવાનું ભાન રાખ અને રસ્તા પર ધ્યાન આપ.'
'સોરી દાદીમા.'
ઈટ્ટ્સ સ્ટુપીડ. તમે ચાર પાંચ વાર મહાભારતની સીડી જોઈ છે તો આજે પાછા બાવાની કથામાં કઈ નવી વાત જાણવા તમારો ટાઈમ વેસ્ટ કરવા ગયા હતા?

ટોટલ નોન્સેન્સ સ્ટોરી. ફાઈવ કાવર્ડ હસ્બન્ડ્સ્ ફેઈસ નીચા કરીને બેસી રહેલા તેને બદલે આંખે પટ્ટી મારીને બેઠેલી તેની મધરને ઈન્ડિયન મુવીમાં આવે તેમ બાનમાં લઈ લીધી હોત તો એ પુઅર

પ્રવીણ શાસ્ત્રીની હલકી ફુલકી વાર્તાઓ

ડ્રોઉપડીને બચાવ બચાવની બુમ તો ન પાડવી પડત. સ્ટુપિડ પાંડવો. મમ્મી એ વગર જોયે કહી દીધું કે શેર એમંગ ઈચ અધર. ને બધાને મજા આવી ગઈ.'

'આપણા ભગવાન બી રોંગ ડીસીશન લેતા હોય છે. હન્ડ્રેડસ્ ઓફ સારીઝ ને બદલે ફિંગરમાની સરક્યુલર સો બ્લેડથી આઈ મીન સુદર્શન ચક્કરથી દુર્યોધન, એનો યંગર બ્રધર દુશાશન અને એના મામાના હેડ ઉડાવી દીધા હોત તો કથા ફોર થર્ટીએ પૂરી થઈ જાત્.'

'ઓહ માય ગોડ. તને મારા સેટ સ્કેડયુલની ખબર ન હતી? મારા પાંચ પાન્ડવો જેવા બોયફ્રેન્ડ્સ વગર મારું શું થશે?'
'દાદીમાં આ મારી ફાઈનલ નોટીસ. આઈ એમ વેરી સીરીયસ. આઈ એમ નોટ ગોઈંગ ટુ કમ ટુ પીક યુ અપ ટુમોરો. આસ્ક યોર ડોટર ઈનલો.'

નાનીમાં બિચારા પહેલી વખત જ અમેરિકા આવ્યાં હતાં. અહીંનાં રંગ ઢંગથી ટેવાયા ન હતાં એટલે ચૂપ રહેવામાં જ સાર છે એ સમજી ગયા હતાં. પણ એણે પાછળથી લાલ-ભૂરી લાઈટનો પ્રકાશ જોયો.
'બેટી અંજલિ, પાછળ પોલિસ હોય એવું લાગે છે.'
અને અવાજ સંભળાયો
'પુલ ઓવર.'
'શીટ્.....'

અંજલિએ કાર ઊભી રાખી.

લાયસન્સ, ઈન્સ્યોરન્સની તપાસણી બાદ મીસ અંજલીને બે મુવિંગ વાયોલેશન નો ચાંલ્લો ચોંટ્યો. એક રેડલાઈટમાં ન થોભવા બદલ અને બીજો સિત્તેરમાઈલના ઝોનમાં અઠ્યાયાસી માઈલની સ્પીડે જવા બદલ.

બિચારી, પુઅર ઈનોસન્ટ્ અંજલિ પર શું શું વીત્યું. મૉમની કલિગને આજે જ રિટાયર થવાનું સૂઝ્યું. ભાભીની ભાભીના બદમાશ ટેણકાને જનમવા માટે આજનો જ દિવસ શુકનિયાળ લાગ્યો. મુરખ પાંડવને અને લુચ્ચા દુર્યોધનને ગેમ્બ્લીંગ માટે આજનો જ દિવસ દેખાયો. દ્રૌપદીના દુઃખે લાંબુ રડવાનું બાવા બાપલાને આજે જ અને તે પણ સાડા ચાર પછી જ શૂર ચડ્યું.

ખરેખર તો હાઈસ્કુલના જૂના ફ્રેન્ડસે અંજલિને માટે જ ગેટ ટુ ગેધરનો પ્રોગ્રામ રાખ્યો હતો. શીટ્સ.

બિચારી, પુઅર, ઈનોસન્ટ અંજલિ ડિપ્રેશનમાં સરી ગઈ. સિત્તેરમાઈલ સ્પીડ ઝોનમાં ચાળીસની ઝડપે એની કાર ડોલતી ડોલતી જતી હતી અને ફરી પાછી લાલ ભૂરી લાઈટનો ચમકારો.

નાવ વ્હોટ?

અગેઇન? રોડ ટ્રુપર...?

પણ આ વખતે દાદીમાએ ઓફિસર સાથે બાજી સંભાળી લીધી. સમજાવ્યું કે કારમાં કાઈ મિકેનિકલ પ્રોબ્લેમ લાગે છે. અમારું ઘર નજીક જ છે ધીમે ધીમે ઘરે પહોંચી જઈશું..વિગેરે...વિગેરે..વિગેરે..

આખરે ધર્મયાત્રા પૂરી થઈ. કાર ગરાજમાં અને ડોસીઓ ઘરમાં સહીસલામત ઠેકાણે પડ્યાં.
અંજલિએ એના બેડરૂમ ડોરને પૂરી તાકાતથી સ્લેમ કર્યું. આખું હાઉસ કંપી ઊઠ્યું

નીચેથી મૉમ એની મધર અને મધર ઈન લો ને સમજાવી રહી હતી. મમ્મી આ ટીનેજરો સાથે આવી રીતે જ પાના પાડવા પડે. જો પહેલેથી કહ્યું હોય કે પ્રસાદની પૂર્ણાહુતી રાત્રે નવ વાગ્યે થશે તો એ ત્યાં તમને લેવા આવે જ નહીં.

અંજલી એના સેન્ડલ સાથે જ બેડ પર ઉબડી પડી. આંસુંથી નહીં પણ ગુસ્સાના ભીના ફુત્કારથી પીલો ભીનો ભીનો થઈ ગયો હતો.
એ ક્યારે ઊંઘી ગઈ તેનું એને ભાન ન હતું. પણ એક નાઈટમૅરથી ધ્રૂજતી હતી. મમ્મીએ શકુનીની જેમ અવળા પાસા નાંખીને લુચ્ચાઈથી રંગીન સાંજનું બારમું કરી નાંખ્યું હતું. અંજલીના પ્લાનનું વસ્ત્રાહરણ થઈ રહ્યું હતું. લાચાર પાંડવો સમા બધા બહાદુર બોય ફ્રેન્ડસ મોં વકાસીને બેસી રહ્યાં હતાં. દાદીમાં, નાનીમાં, મૉમ, ભાભી બધી કૌરવ લેડિઝો એના TGIF પ્લાનના ચીરા ઊડાડતાં હતાં. કૃષ્ણ સમો ભાઈ સાસરિયાનું સુખ માણતો હતો. ડેડી ભિષ્મપિતાની જેમ મોં ફેરવીને બેઠા હતા. એ ઊંઘમાં બરાડતી હતી. પ્લીઝ હેલ્પ, પ્લીઝ હેલ્પ, પ્લીઝ હેલ્પ, પ્લીઝ હેલ્પ.....

૧૦ અવળચંડી અંજલિ

અંજુઊઊઊ.......

અરે એઈ અંજુડી; જલ્દી બાથરૂમમાંથી બહાર નીકળ. આરતીનો ટાઈમ થયો છે છે ગ્રાન્ડમા તારી રાહ જૂએ છે. આખો દિવસ હાથમાંથી સેલ ફ઼ોન છુટતો જ નથી. બે કલાકથી કમોડ પર બેસીને આંગળા ઠોક્યા કરતી હશે. નીકળ જલ્દી કે આરતી થઈ જાય અને પેટ પૂજા થાય.

ભાભીએ તેને મળેલા વિશેષાધિકારથી ટિનેજર અવળચંડી અંજલિને બૂમ પાડી.

અંજલિ વાળ ખંખેરતી બાથરૂમમાંથી બહાર આવી. માય ડિયર વન એન્ડ ઓન્લી માય બર્ધર્સ વાઈફ, આઈવોઝ નોટ ઓન કમૉડ. આઈવોઝ ઈન શાવર. ગ્રાન્ડમા તમે આરતી કરી લો. પ્રસાદ વખતે આઈ વીલ બી ધેર.

હમણાં હમણાં ગ્રાંડમાએ ફ઼તવો કાઢ્યો હતો. દર રવિવારે બધાએ સવારે દશ મિનિટ માટે ઘરમાં ભેગા થઈને ગીતાનો એક અધ્યાય વાંચવો અને આરતી કરી પ્રસાદ લેવો. ડેડી, મમ્મી, ભાઈ, ભાભીએ એકાદ રવિવારે કચવાતે મને જેમ તેમ ભાગ લીધો. ભાઈ ભાભીને તો ગુજરાતી વાંચતા આવડે નહીં, અંજુડીને વાંચવામા સામેલ કરવાની હોય જ નહીં, ડેડીને કોઈ ને કોઈ ક્લાયંટનો ફ઼ોન હોય એટલે માત્ર મમ્મી કમને મધર અને મધર ઈન લોની સૂચનામાં

ભેરવાયલા. છેવટે ગીતા પાઠમાંથી બધાને મૂક્તિ મળી હતી; પણ આરતી વખતે તો હાજર રહેવાનું કડક ફરમાન હતું. દાદીમા અને નાનીમા એ બન્ને એ બાબતમાં એક હતા કે ઘરમાં તો આપણું ઈન્ડિયન કલ્ચર સચવાવું જોઈએ. ઘરમાં વીકમાં એકવાર દશ મિનિટ માટે પણ પ્રાર્થના માટે ભેગા થવું જ જોઈએ. બન્ને સિનીયર લેડિઝ પાછી એજ્યુકેટેડ. અને એમનું રિસ્પેક્ટ રાખવા ડેડી મમ્મીને પણ આ તૂતમાં જોડાવું પડે. અંજલિ આમ તો ડોર્મમાં રહીને કોલેજમાં ભણતી. પણ વેકેશનમાં ઘરે આવતી અને આમાં સપડાઈ જતી. કોલેજમાં એણે એશિયન સ્ટડી અને માયથોલોજીનો સબ્જેક્ટ લીધો હતો એટલે જરૂર લાગે ત્યાં વ્હાલી થઈને ગ્રાન્ડમાઓ પાસે ભાગવત, પુરાણો કે ઉપનિષદની વાતો કઢાવતી અને પાછળથી એની પત્તર ખાંડતી. એને આરતી-ફારતીમાં રસ નહતો પડતો એટલે દર વખતે બૂમો પડાવતી. એ બૂમ પાડવાની ફરજ એની ભાભીએ નીભાવવી પડતી. દિવસે દિવસે ભાભી અને વ્હાલથી લડવાનું મન થાય

એની વે, એ અંજલિ આવી. આરતિ થઈ. બધાએ ઢગલા બંધ પ્રસાદ લીધો.

મોમ એક વેરી ઈમ્પોર્ટન્ટ ક્વેશ્ચન. તું ફોઈને શું કહીને બોલાવે છે?

કેમ? તને ખબર નથી? વ્હાઈ આર યુ આસ્કિંગ મી?

ના ફરીથી જરા કન્ફર્મ કરવું છે.

નાનીબેન.

એ નંણંદ તમારા નણંદ બા તમારા કરતાં નાના છે કે મોટા?

એ તો નાના છે.

ધેટ્સ માય પોઈન્ટ.

મોમ આ તમારા સનની બીલવેડ વાઈફ મને અંજલિબેન કહેવાને બદલે અંજૂ અને અંજૂડી કેમ કહે છે?

જરા એને રિસ્પેક્ટ આપતા શીખવોને! મધર ઇન લો અને ગ્રાન્ડ મધર ઇન લો તરીકે એ તમારી ડ્યુટી છે કે હોમ રિલેશનમાં પણ સર્ટેઇન પ્રોટોકોલ જળવાવો જોઈએ.

અવર ટાઈમ વોઝ ડિફરન્ટ. પહેલેથી જ મને નાનીબેન કહેવાની ટેવ પડી ગઈ હતી. આજે પણ એ ઘરમાં આવે છે ત્યારે મને વાંકી વળીને પગે લાગે છે. અને હું એને પ્રેમથી હગ કરું છું. તું ક્યારે ભાભીને વાંકી વળી પગે લાગી છે.

મોમ, યુ ઓલવેઝ ભાભીની સાઈડમાં જ રહે છે.

યોર ઓનરેબલ પ્રિન્સેસ ઓફ અવર ફેમિલી અંજલીદેવી પ્લીઝ આપ ભોજન માટે ટેબલ પર પધારો.

ભાભી આઈ લાઈક ધીસ.

અજૂડી, અત્યારે તો ગઈ કાલનું લેફ્ટ ઓવર છે. સાંજે હું અને તારા બ્રધર બહાર ડિનર માટે જવાના છીએ. તારે આવવું છે?

આવવું હોય તો મારી અંજૂડી...સાથે ન આવવું હોય તો રિસ્પેક્ટેબલ

અંજલિદેવી.

સાલું પર્સનલ રિલેશનશીપમાં પણ નવી જાતનું એક્સટોરશન. હ્યુમિલિએશન. ઓકે ઓકે જે કહેવું હોય તે કહેજો. કબાબમાં હડ્ડી થવા આવીશ. આઈ લવ યુ માય સિસ્ટર ઇન લો.

બસ આ પરિવારમાં આવી જ વાતો થતી હોય.

લંચ લેતા લેતા અવળચંડી અજ્જૂડીએ દાદીમા અને નાનીમા બન્નેને સાણસામાં લેવાની કોશીશ કરી. ગ્રાન્ડમાં એક મિલિયન ડોલરનો ક્વેશ્ચન છે. વાત ભેજામાં નથી ઉતરતી. મારાથી પાંચ સાત બોય ફ્રેન્ડ સાથે મેરેજ થાય? જેમ દ્રૌપદીએ કર્યા હતા?

ખાતી વખતે આવી ઠેકાણા વગરનો લવારો કરવાનું બંધ કર. શાંતિથી ગ્રાન્ડમાને ખાવા દે. મમ્મીએ અંજુની ગાડી આડે પાટે જાય તે પહેલાં જ અટકાવવા હુકમ છોડ્યો. પણ અંજુ સાંભળે તો ને?

જૂઓ ગ્રાન્ડમાં એક ભીમ જેવો હસબન્ડ ઘરમાં રસોઈ કરીને વ્હાલથી ખવડાવતો હોય. બીજો અર્જૂન જેવો સ્પોર્ટ કારમાં ફરવા લઈ જતો હોય, યુધિષ્ઠીર જેવો ડોગ ને બહાર ફરવા લઈ જતો હોય. સહદેવ જેવો આગળથી મારી દરેક ટેસ્ટના ક્વેશ્ચન જાણી લઈને મને કહી દેતો હોય અને સુવાળો રૂપાળો નિકુળ જેવો...

લવારા બંધ કર. આ સમાજમાં આવું ના થાય. દાદીમા તાડુક્યા.

તો પછી આ સમાજમાં ભાગવત ગીતાનું કામ પણ શું? ગ્રાન્ડમાં ઈન રિયાલિટી આજે ઘર બહાર જોબ કરતાં કપલની આ જ વાત છે. ફેર

એટલો કે એ લોકો ઓફિસિયલી મેરેજ નથી કરતા પણ એવી ફ્રેન્ડશીપ તો રાખે જ છે. આ ઓપન મેરેજની વાત નથી. પણ ઓપન ફ્રેન્ડશીપની વાત છે.

ચાલો ગ્રાન્ડમા, મને દ્રૌપદી સિવાય પુરાણમાં બીજી કઈ લેડિઝે એક કરતાં વધારે પતિ કર્યા હતા?

નાનીમા તો કોલેજમાં પ્રોફેસર હતા.

એણે ગંભીરતાથી જવાબ આપ્યો. કે આપણા શાસ્ત્રમાં બહુ પત્નીત્વ polygamy સ્વીકાર્ય હતું. પણ દ્રૌપદી સિવાય બીજી કોઈ સ્ત્રીએ વધારે પતિ કર્યા કોય એવું મારા ધ્યાનમાં નથી.

મારે ઘણાં ફ્રેન્ડ છે. એઓ મારા બોયફ્રેન્ડ નથી. જસ્ટ ફ્રેન્ડસ. પણ એમાંના કેટલાક બોયફ્રેન્ડ થઈ શકે એવા ક્વોલિફાય થાય અને ફ્યુચરમાં હસબન્ડ તરીકેનું પોટેન્શીયલ હોય એવા પણ છે. લાઈફ ઇઝ ફોર ફન. ઈટ શૂડ નોટ ઓન્લીફોર મેન. વી વિમેન હેવ ધ સેઇમ રાઈટ્સ. તમે બાપુઓની કથામાં ભલે ન સાંભળ્યું હોય પણ મેં ગુગલમાં વાંચ્યું છે કે કુંતિથી બોલતાં તો બોલાઈ ગયું કે જે હોય તે બધા ભાઈઓ વહેંચી લે જો. પછી એને ભૂલ સમજાઈ. પણ યુધિષ્ઠીરની પણ દ્રૌપદી માટે લાળ પડી હશે કે કેમ પણ એણે polyandry બહુ પત્નીત્વનો કોઈ દાખલો આપતાં કહ્યું હતું કે ગૌતમ કૂળની જતિલાએ સપ્તર્ષિ સાત પતિ સાથે લગ્ન કર્યા હતા. અને હિર્ણ્યાક્ષની બહેન પ્રચેતીને દશ હસબન્ડ હતા. પાંડવ મોમ માની ગઈ હતી. અને દ્રૌપદીને પણ એ જ જોઈતું હતું. એને પણ મજા પડી ગઈ.

અરે ભગવાન આ છોકરી ભવિષ્યમાં શું કરશે!!! મારા ઘરનું નામ બોળશે. આ સબ્જેક્ટ બદલી સીધું સારું ભણવા માંડ. કોણ જાણે કેમ ખૂણે ખાંચરેથી ધર્મગ્રંથમાંથી સારું શીખવાને બદલે કચરો શોધી કાઢે છે.

નાનીમા ગંભીરતાથી વિચારતા રહ્યા. આવું તો આજ સૂધીમાં કશે વાંચ્યું નથી. વધારે રિસર્ચ કરવી પડશે.

ચાલો જવા દો. તમે એપ્રુવ કરો એ બકરા સાથે જીંદગી ભરમાટે જોડાઈ જઈશ. ડોન્ટ વરી. અત્યારે તો આપણે મહાભારતનું માઈક્રો રિસર્ચ કરવાનું છે. એક બીજો સવાલ. આર યુ રેડી. કૃષ્ણભગવાન અને દુર્યોધન વચ્ચે કઈ જાતનું રિલેશન હતું.

વ્હોટ? ધે હેવ નો રિલેશનશીપ. દુર્યોધન અને ભીમને બલરામે ગદા યુધ્ધ શીખવ્યું હતું. બલરામને દુર્યોધન વચ્ચે સારા સંબંધ હતાં. કૃષ્ણ સાથે તો બાપે માર્યા વેર હતા. કૃષ્ણના ડેડી વસુદેવ અને પાંડવની મધર કુંતી કઝિન હતા. એટલે કૃષ્ણ કુંતિને ફોઈ કહેતા એ જાણીતી વાત છે. એટલે કૃષ્ણ અને પાંડવો પણ સેકન્ડ કઝિન હતા. કૃષ્ણએ એની હાફ સિસ્ટર સુભદ્રાને અર્જૂન સાથે ભગાડીને પરણાવી હતી એટલે અર્જૂન અને કૃષ્ણ બન્ને બ્રધર ઈન લો પણ હતા. એ જ બાકી દુર્યોધન સાથે કૃષણને કોઈ સંબંધ ન હતો. નાનીમાએ શાંતિથી અંજલિને એની ભાષામાં જ સમજાવ્યું. દાદીમાનો ટેમ્પરામેન્ટ જૂદો જ હતો. નાનીમા એને ઠંડે કલેજે એના જેવાજ શબ્દોમાં જવાબ આપતાં હતાં.

ગ્રાન્ડમા ચાલો તમને એક લીડ ક્વેશ્ચન પૂછું. તમારા કૃષ્ણ, સોરી

આપણા ભગવાન, રીછ આઈ મીન બેરની દીકરી સાથે પરણેલી તેનું નામ શું?

જામ્બુવતી.

નાવ એના દીકરાનું નામ શું? યાદ છે? પ્રેગનન્ટ છે એવુ, બતાવીને ઋષિનો શ્રાપ લીધો તો તે.

હા, હા, યાદ આવ્યું. એના એ પુત્રનું નામ સામ્બ. અને તારા સવાલનો જવાબ...દુર્યોધન અને કૃષ્ણ એક બીજાના વેવાઈ થતા હતા.

નાનીમા યુ આર ગ્રેઇટ સ્કોલર. યુ વન માય વન મિલિયન કીસીસ.

ડેડીને અંજૂડીની કાયમની વાંકીચૂંકી વાત પર ધ્યાન આપવાની ટેવ ન હતી તેણે પણ મધર ઈન લોના જવાબથી એણે ડોકું ઊચું કર્યું...મમ્મી તમે શું કહ્યું કૃષ્ણ અને દુર્યોધન એકવબીજાના વેવાઈ હતા?

હા. દુર્યોધનને એક પુત્ર હતો તેનું નામ લક્ષમણ અને એક પુત્રી લક્ષમણા હતી. જામ્બુવતીનો પુત્ર સામ્બ લક્ષમણાના સ્વયંવરમાં ઘૂસી ગયો હતો. ત્યાંથી તેનું હરણ કરીને નાસ્યો હતો. પણ દુર્યોધને તેને પકડીને જેલમાં પૂર્યો હતો. બલરામ અને કૃષ્ણે તેને છોડાવ્યો હતો. એક વખત સામ્બનો સ્પર્ષ થયો હોવાથી લક્ષમણા સાથે લગ્ન કરવા કોઈ આગળ આવ્યું નહીં એટલે આખરે તેના લગ્ન કૃષ્ણના પુત્ર સામ્બ સાથે થયા. બસ એ રીતે કૃષ્ણ અને દુર્યોધન એક બીજાના વેવાઈ અને ભાનુમતિ અને જામ્બુવતી વેવાણ કહેવાય.

પ્રવીણ શાસ્ત્રીની હલકી ફુલકી વાર્તાઓ

ગ્રાન્ડમા સાલુ વ્યાસજીએ મહાભારતના ઈન્ટર રિલેશનને એક્સ્ટ્રીમ કોમ્પ્લેક્ષ બનાવી દીધા છે. ભલભલા ગોથા ખાઈ જાય. અને એટલે જ મને રિસર્ચ કરવાની મજા આવે છે.

ચાંપલી છે એટલે ચાંપલાશમાં મજા આવે જ.

બીગ બ્રધર આ તમારી સ્વીટીને જરા જબાન કાબુમાં રાખવાનું શિખવો ને? નહીં તો અહીં જ મહાભારતની વોર શરૂ કરી દઈશ. ભાભી સાહેબને ભલે ધરમ કરમમાં રસ ન હોય પણ મારે માટે તો આ એજ્યુકેશનલ પ્રોજેક્ટ છે. દરેક ફેમિલીમાં વોર થવી જ જોઈએ એવું હિન્દુ ધર્મમાં લખેલું છે. ભાભી, આજે બહાર ડિનરમાં જઈ આવ્યા પછી. એક રાતને માટે તમારી સાથે કીટ્ટા.

મારા બન્ને ગ્રાન્ડમાને ફ્યુ હાઈપોથેટીકલ ક્વેશ્ચન્સ.

જ્યારે અર્જુને એનો બો અને એરો નીચે મુકીને સગાવ્હાલાને મારવાની ના કહી ત્યારે એને શાબાશી આપીને કૃષ્ણભગવાને કહ્યું હોત કે "ડિયર અર્જુન ગુડ આઈડિયા. એ જ એક શાંતિ માર્ગ છે. ધીસ વર્લ્ડ ઇઝ બીગ. બધા અમેરિકા ચાલ્યા જાવ ત્યાં તમે પાંચ વિલેજ નહીં પણ પાંચ હજાર વિલેજ બનાવી શકશો". જો મહાભારતની વોર જ થઈ ન હોત તો આજનું ઈન્ડિયા કેવું હોત?

બીજો સવાલ? જો ભગવાને ગીતાજ્ઞાન અર્જુનને આપવાને બદલે એના હજારો યાદવ પૂત્રોને જ આપ્યું હોત તો આજે ઈન્ડિયાના લાલુઓ કેવા હોત?

છેલ્લો મિલિયન ડોલર ક્વેશ્ચન. જો વિષ્ણુભગવાને રામ અને કૃષ્ણ

તરીકે જન્મજ ન લીધો હોત તો ભારતમાં આજે પટેલ અને યાદવો જેવા દલિતોની મુવમેન્ટ હોત?

દાદીમા નાનીમા જેવા ફુલ ન હતાં. એમનું છટક્યું. આવું બધું ના થયું હોય તો તું અમારું માથું તો ન જ ખાત.

૧૧ જગુ જાડિયાના લગ્ન

આતો એક વર્ષ પહેલાના એક દિવસની વાત છે.

હું મારા કોમ્પ્યુટર પર ચેસ રમતો હતો અને જીતવાની નિષ્ફળ કોશીશ કરતો હતો ત્યાં ટેલિફોનની રિન્ગ વાગી.

કોલર આઈ.ડી.માં જોયું તો અમારા સુરતી મિત્ર ચંદુ ચાવાલાનો ફોન હતો. એની સાથે ખપત કરવાનો મૂડ ન હતો. ફોન લેવાનું ટાળ્યું. ફોન ન લીધો. ફરી વાર રિંગ વાગી. મેં ફોન ન લીધો. એના મોંમાં કંઈ કુદરતી સેન્સર હતું કે બીજા સાથે સરસ ગુજરાતી, અંગ્રેજી કે સ્પેનિશ બોલે પણ અમારા બેત્રણ સુરતી ગોઠિયાઓની સાથે વાત કરવાની હોય એટલે ‘સુરતી ભાષા બચાવ’નો નારો શરૂ થઈ જાય. અમે એમને અનેક વખત સમજાવેલું કે ચંદુભાઈ તમે જે સુરતી બોલો એ ભાષા નથી બોલી છે. જનની, જન્મભૂમિ અને જન્મભાષાશ્ચ..હેવન કરતાં પણ ગરીયસી છે એવી એમની દૃઢ માન્યતા. અને એ ન્યાયે ચંદુભાઈની લેન્ગવેજ અને સુરતી કૂતરાની પૂંછડી... તમને શું મને પણ ખરેખર કંટાળો આવે. બસ આજ કારણે કોમ્યુનિકેશન બાબતમાં એને અનફ્રેન્ડ્લી કરવાનો અનેક નિષ્ફળ પ્રયત્ન કરતો રહું છું. પણ આખરે તો દોસ્ત છે.

ત્રીજી વખત રિંગ વાગી. ફોન ન જ ઉઠાવ્યો. અને એનો મેસેજ....

‘એઈ બે’રા સાસ્ટરી, મને ખબર છે કે ટુ ટારા હગલા કોમ્પ્યુટર પર જ ચોંટેલે ઓહે, ટારી પાંહે જ ફોન પન પરેલો ઓય છે પન ટુ મટલબી

બે'રો છે. જાની જોઈને ફોન ઉપારતો નઠી. ડિકરા, મારે ટને એક વેરી ઈમ્પોર્ટન્ટ ગુડ ન્યુઝ આપ્પાના છે. હું અમના જ ટારે ટાં આઉં છું. ટારું ડોર ખૂલ્લુ રાખજે નઈ ટો મારે ડોર ઠોકવુ પરે ને ટારા બદ્ધા નેબર બા'ર આવી જાય.....

મેસેજ ટાઈમ પૂરો થયો. પણ એ વાત ચોક્કસ કે અમારા ચંદુભાઈની પધરામણી થવાની છે. મેં મારું ડોર અનલોક કરી દીધું. વધુ રાહ જોવી ન પડી.

...અને થોડી વારમાં જ એમની સવારી આવી પડી. બારણું ખુલ્લું જ હતું એટલે ધમધમાવાની જરૂર ન પડી.

'જો ટારે હારુ, ગરમ ગરમ સરસિયા ખાજા લાઈવો છું. સાલા અટ્યારના જનરેશનને આપની હુરટી ખાવાની આઈટમનું નૉલેજ ને ટેસ્ટ જ નઠી." એમણે એક બોક્ષ અમારા કિચન ટેબલ મૂકી દીધું.

'જો હાંભરી લે. આપને બદ્ધાએ પંડર ડિવસ પછી હુરટ જવાનું છે. મે મારા ટીજા નંબરના ડીકરાના સાડુભાઈને ટિકિટની વ્યવસ્થા કરવાનું કઈ ડીધું છે.'

'પણ છે શું?' મારાથી કંઈ એમ જાણે બરગર કિંગમા જવાની વાત કરતા હો તેમ ઈન્ડિયા દોડીને જવાય નહીં. મારી પાસે એટલા પૈસા પણ નથી. માડ માંડ સોસિયલ સિક્યોરિટી પર લાઈફ એડજસ્ટ કરું છું ત્યાં મારાથી ઈન્ડિયા સૂધી લાંબા ના થવાય.'

'ટુ સાલો પરમેનન્ટ્ ક્રાય બેબી નઈ, પન ક્રાય બુઢ્ઢો છે. ટારી ટિકીત ના પૈહા ઉં આપી ડઈશ બસ...'

'પણ એકદમ કેમ ઈન્ડિયા જવાનું છે? ઈન્ડિયન ગવર્નમેન્ટ તમને ભારતરત્ન એવૉર્ડ આપવાના હોય તેના સમારંભમાં જવાનું છે?'

'ઈન્ડિયન એવૉર્ડ માય ફૂત્ત. એના કર્ટાં પન એકસાઈટીંગ વાટ છે. આ તો આપના જગ્ગુ જારિયાના લગનમાં જવાનું છે?'

'વ્હોટ? જગુ, આપણો જગમોહન?' મને કોઈ ચમત્કારી ઘટના બનવાની વાત હોય એવું લાગ્યું.

'હા, હા એજ જગલો. આપનો જગુ ખમન...ટેના લગન છે. ટારુ નવું સરનામું એની પાહે ની ઉટ્ટું એટલે એને મારા પર બધાને લઈ જવાની રિસ્પોન્સિબિલિટિ ઠોકી ડીધી છે. ટને ટો એ મોટો ભાઈ માને છે.'

'ઓહ માય ગોડ! જગુના લગ્ન અને તે આ ઉમ્મરે? જગુની ઉમ્મર અત્યારે સાંઠની આજુબાજુ તો ખરી જ. જો લગ્ન માટે ન્યૂઝપેપરમાં જાહેરાત આપવી હોય તો, કે બાયોડેટામાં વિગત આપવી હોય તો આમ આપવી પડે.

“હેન્ડસમ સુરતી શાકાહારી બ્રાહ્મણ, ઉમ્મર વર્ષ - આશરે ૬૦, ઉંચાઈ ૫'૨” વજન ૨૬૫ પાઉન્ડ. અભ્યાસ બી.કોમ.(ઓનર્સ). વ્યવસાય- સ્વતંત્ર ધંધો, સુરતી ખમણ સ્પેસ્યાલિસ્ટ યુવક માટે, ન્યાત જાત, ઉમ્મર, અભ્યાસ, કે શારીરિક કલરના બાધ વગરની કન્યાએ સીધો આડકતરો નિઃસંકોચ સંપર્ક કરવા નમ્ર વિનંતી છે.”

આવો અમારો જગલાના આ ઉમ્મરે લગ્ન થાય એ અભૂતપૂર્વ બનાવ કહેવાય. અમારે માટે ચંદુભાઈ હેવીવેઈટ કે ઓવરવેઇટ કહેવાય.

અમારા બલ્લુભાઈ તો એને સીધું કહે કે ચંદુજાડીયા તું અઠ્ઠાઈ ઉપવાસ કર. પાર્કમાં દોડવા જા. અમારા ચંદુભાઈ જો જગુભાઈની સાથે ઉભા હોય તો હાથી સાથે ઉભેલું મદનિયું જ લાગે.

જગુ અમારા કરતાં ઉમ્મરમાં ઘણો નાનો. પણ અમારી ગેંગમાં અને બોલબેટની ટીમમાં (ખૂલાશો - ક્રિકેટ ટીમ નહીં. બોલબેટની ટીમ) મીઠ્ઠી દાદાગીરીથી દૂધપૌંઆ તરીકે ઘૂસી ગયેલો. દોડીને ફિલ્ડીંગમાં કામ ન લાગે. બોલિંગ પણ દોડ્યા વગર જ કરે. જાણે છૂટ્ટો બોલ જ મારે. બેટીંગમાં પહેલા બોલે જ એલ.બી.ડબ્લ્યુ. થઈ જાય. મોટેભાગે અમે એને વિકેટકિપર કે એમ્પાયર તરીકે ઉભો રાખતા. એના બા જમનાકાકી, સરસ ખમણ બનાવતા અને આખી ટીમને પ્રેમપૂર્વક નાસ્તો કરાવતા.

જગુ એના માંબાપનું મોટી ઉમ્મરે થયેલું એકનું એક હૃષ્ટપુષ્ટ સંતાન. સાત આઠ વર્ષની ઉમ્મર પછી એનું વજન એકાએક વધવા માંડેલું. એનો રંગ પણ ઉજળો. કાયમ હસતું મોં. જાણે કુદરતી સર્જીકલ સ્મિત. ગુસ્સામાં હોય તો પણ મોં તો હસતું જ લાગે. ભણવામાં પણ હોંશિયાર. કોલેજમાં ઘણીબધી છોકરી એની બેનપણીઓ, બધી એને હિન્દીમાં 'મોટાભાઈ' કહે. એનું પણ એને દુઃખ નહીં. કોઈ એને પરણવા તૈયાર ન થાય પણ બધી એને લાડથી કહે કે મોટાભાઈ અમને તમારા લગ્નમાં બોલાવવાનું ભૂલશો નહીં. હસતે મોંએ જગુ કહેતો કે ચોક્કસ બોલાવીશ. આજે એ બધી છોકરીઓ દાદીમાં બની ગઈ હશે. બી.કોમ થયા પછી એક બે નોકરી મળી હતી. પણ ફાવી નહીં. ઓફિસની ક્લાર્ક માટેની ખુરસીઓ પર એમના બટ્સ ગોઠવાય

નહીં. અને કોઈ એને મોટા સાહેબ કરતાં પણ મોટી ખુરસી આપે નહીં. છેવટે કંટાળીને જમનાબા પાસે ખમણ બનાવવાનું શીખીને પોતાના ઘરના ઓટલા પર જ ખમણની દુકાન શરૂ કરેલી. માંબાપ બિચારા જગુનું કંઈક ગોઠવાશે એ આશામાં અને આશામાં પરલોક સિધાવ્યા.

અમારા બધાના લગ્ન કે બીજા શુભાશૂભ પ્રસંગમાં રસોડું એ જ સાચવતો. અમારા જમાનામાં આજની જેમ કેટરિંગનો રિવાજ ન હતો. લગ્ન પ્રસંગે બધાને કહેતો ફરતો કે 'આપણે લાયક કોઈ પાત્ર હોય તો જોતા રહેજો'. સમય વહેતો ગયો. જગુ પેન્ટ શર્ટ પરથી કફની પાયજામા પર આવ્યો. કફની પાયજામા પરથી ધોતીબંડી પર આવ્યો અને હું જ્યારે છેલ્લો એને મળ્યો ત્યારે લુંગી અને ગંજીમાં ઓટલા પરની દુકાન સાચવતો હતો. ખમણના ધંધામાં એ પ્રખ્યાત અને પૈસાદાર બન્યો હતો.

માર્બલ મઢ્યું હાઉસ. ખમણ માટેના આધુનિક મશીનો, આઠ-દસ કારીગરો, બે કાર અને ડ્રાઈવર. સુખી હતો. કમાતો અને સખાવતો કરતો રહેતો હતો. પરણવાની ઈચ્છા મરી ન હતી પણ ક્ષીણ થઈ ગઈ હતી. તો યે એ હસતો રહેતો હતો.

અને તે દિવસે ચંદુભાઈ અમારા બધા સુરતી મિત્રો માટેનું જગુના લગ્નનૂં બ્લેન્કેટ ઈન્વીટેશન લઈને આવ્યા હતા. હરખઘેલા ચંદુભાઈ, અમારા બે ત્રણ જણાની ટિકિટ કઢાવવાના હતા. હું, ચંદુભાઈ, સ્વપ્ન દૃષ્ટા બલ્લુભાઈ, અને લલ્લુલેખક અમે ચારે જણા અમારી બેગ તૈયાર કરી બુકિંગની રાહ જોતાં હતાં. છેવટે લગ્નને આગલે દિવસે

રાત્રે મુંબઈ પહોંચાય એવી ફ્લાઈટમાં ગોઢવાયા. પણ થોડું નસીબ વાંકું. કંઈક ટેકનિકલ ડિફિકલ્ટીને કારણે અમારું એર ઈન્ડિયાનું પ્લેન ચાર કલાક મોડું ઉપડ્યું. (એર ઈન્ડિયામાંતો આવુ કાયમ બને) બોમ્બે એરપોર્ટ પર અમને લેવા જગુએ મોકલેલ કારડ્રાઈવર રાહ જોઈને ચાલ્યો ગયો હશે. આખરે સુરત માટે બીજી ટેક્ષીની વ્યવસ્થા કરી. ટેક્ષી ડ્રાઈવર સરદારજીએ રસ્તામાં ધાબા પર ચાનાસ્તા માટે એક-દોઢ કલાકનો બ્રેક લીધો. જ્યારે સુરત પહોંચ્યા ત્યારે સવારના લગ્ન પતી ગયા હતા અને રિસેપ્શનનો સમય હતો. હવે હોલને બદલે પાર્ટી પ્લોટમાં આવા પ્રસંગો ગોઠવાય છે. જગુનો પ્લોટ શોધવામાં પણ એવી જ મુશ્કેલી!

આખરે દુરથી ડેકોરેટેડ ગેઈટ દેખાયો. લાઈટેડ સાઈન ઝબુકતી હતી. “ખ્યાતિ વેડ્સ ખમન” સર્પ્રાઈઝ...

વધુ વિચારીયે તે પહેલા એક ગોરો આધેડ આવીને ચંદુભાઈને વળગી પડ્યો અને મને વાંકો વળી પગે લાગ્યો.

“લગ્નમાં ચાર દિવસ પહેલા આવવાને બદલે ચાર કલાક મોડા કેમ આવ્યા?”

સર્પ્રાઈઝ નંબર ટુ. ગોરો ન જાડો ન પાતળો આધેડ યુવાન અમારી સામે ઉભો હતો. શું આ અમારો જગુ જાડીયો હતો?

માનવામાં ન આવે એવી વાત હતી.

‘એઈ મિસ્ટર અમે અમારા ડોસ્ટ જગમોહનના લગનમાં આવેલા છે. આ ટમારા મારવા પર ખમન લખેલું છે એતલે ચોક્કસ જગુ

જારિયાનો પાર્તી પ્લોત જ ઓહે. જરા જગુને બોલાવોને!'

'જૂઓ ચંદુભાઈ લબાડી છોડો. દેખાતું નથી? હું જ તમારો જગમોહન ઉર્ફે જગુજાડિયો છું.'

'ઓહ માય ગોડ, આઈ ડોન્ટ બિલિવ ધીસ. લેટમી સી. ટુ ટો ભીમમાંથી એકડમ અર્જુન ઠઈ ગયો.' અમે પણ આંખો ફાડી નવા જગુને જોતાં હતાં.

સાંઠનો જગુ પચાસનો લાગતો હતો. 'ક્યા બાટ હૈ! હાવ ડીડ યુ ડુ ધેટ?' ચંદુભાઈનું મોં એક આખો લાડવો ચાલ્યો જાય એટલું પહોળું હતું.

અને એની પાછળ એક સુંદર મહિલા આવીને ઉભી રહી. સાથે એક મજાનો ટ્રેક રનીંગ ડોગ હતો.

એણે આવીને અમને હાથ જોડી નમસ્કાર કર્યા. 'આપ સૌ અમેરિકાથી આવ્યા તેનો ઘણો આનંદ છે. થેન્ક. અમારે માટે આપ મિત્રો જ પ્રેમાળ વડીલ છો એમ JM કહેતા હતા. હું જગમોહનને JM કહું છું.'

જગુએ મહિલાની ઓળખ આપી. 'આ છે મારી જીતનો એવોર્ડ ખ્યાતી. હોસ્પિટલમાં નર્સ છે.'

'ડોસ્ટ ટુ ગોલ ગોલ વાટ કરીને અમને મેરીગોરાઉન્ડમાં ફેરવવાનું બંઢ કર ને ચોખ્ખીને ચટ વાટ કરી ડે કે ખ્યાટી જેવી બ્યુટીક્વિનને કઈ વૉરમાંથી જીતી લાઈવો? પ્લેઈન લેન્ગેવેજ સિમ્પલ ટ્રુથ.'

'ડિયર ખ્યાતી તું જ આ વડીલ મિત્રોને આપણી વાત સમજાવી

દેને?'

'વાત ખૂબ સાદી અને સરળ છે.'

'JM હોસ્પિટલાઈઝ્ડ થયા હતા. એઓ મારા વૉર્ડમાં હતા. એક વાર હું અને મારી નર્સફ્રેન્ડ સુધા, એની રૂમમાં મજાકની વાતો કરતા હતા. અમારા મનમાં એમ કે એઓ ઉંઘમાં જ છે. સુધા JMને વર્ષોથી ઓળખે અને એના ખમણની ચાહક પણ ખરી. મને તે દિવસે મશ્કરીમાં કહે કે 'તારે માટે તો આ અમારા સુનો રેશ્લર જગુભાઈ જેવા જ વેલફિટેડ હસબન્ડની જરૂર છે.' તો મેં કહ્યું મને તો એનો સ્વભાવ અને એવર સ્માઈલિંગ ફેસ ગમે છે. જો એ આટલા ઓબેઝ ના હોત તો જરૂર એનો વિચાર કરતે. આઈ લાઈક હિમ.'

'અને ધીમે રહીને JM બેડમાંથી બેઠા થયા. 'જો હું મારું વજન ઉતારું તો મારી સાથે લગ્ન કરશો?'

'અમે બન્નેને તો ખ્યાલ પણ નહીં કે એઓ જાગતા હશે અને અમારી વાત સાંભળતા હશે. મને ખાત્રી કે આટલા વજનવાળા સાંઠ વર્ષના માણસને માટે વજન ઉતારવું અશક્ય જ છે એટલે મેં પણ ચેલેન્જ આપી કે જો તમે છ મહિનામાં માત્ર સો રતલ વજન પણ ઉતારો તો હું તમારી થઈને રહીશ, પ્રોમિસ.'

'બસ ડોક્ટર પણ એમને વજન ઉતારવાનું તો કહેતા જ હતા. એમણે તો ખમણના ગલ્લા પરથી પલાંઠી છોડી સિરિયસલી ડાયેટ પ્લાન શરૂ કર્યો. પહેલા ચાલવાનું શરૂ કર્યુ. પછી આ ટ્રેક રનિંગ ડોગ 'એરો' ને લઈ આવ્યા, દિવસમાં બે વાર ડોગ સાથે દોડવાનું શરૂ કર્યુ.

ઘરમાં જ જીમ ઉભું કર્યું. નો સોલ્ટ, નો સુગર, લૉ કાર્બ, હાઈ પ્રોટિન ડાયેટ. બસ શરીર પરના ચરબીના થરો ઉતરવા માંડ્યા. માત્ર પાંચ જ મહિનામાં એકસો બાર રતલ વજન ઉતાર્યું,'

એક દિવસ મને અને સુધાને હોટેલમાં ડિનર માટે ઈન્વાઇટ કર્યા. વજન ઉતારવાની પ્રેરણા બદલ અમારો આભાર માન્યો. "ખ્યાતીજી જો તમે મારી સાથે લગ્ન કરશો તો એ મારું સદ્ભાગ્ય હશે. પણ એ શક્યતાની આશા નથી રાખતો. મારી ઉમ્મર તમારા કરતાં બમણી છે. હું એવો આગ્રહ ન રાખું કે સામાન્ય વાતોને વચન ગણી લઈ તમને મારી સાથે જીંદગીભર જકડી લેવાની ખોટી આશા રાખું. આજ સૂધી કોઈ પણ છોકરીએ મારી સાથે લગ્નની વાત હસવામાં પણ કરી ન હતી. તમારી વાતોએ મને નવી જીંદગી બક્ષી છે એ જ મારે માટે ઘણું છે. આપણે મિત્ર બની રહીયે તો પણ હું મારી જાતને ભાગ્યશાળી માનીશ. મારી એક રિક્વેસ્ટ છે કે મારે મારી દુકાનનું નામ ખ્યાતી ખમણ રાખવું છે. પરમિશન મળશે?"

'હું એક વીક પછી જવાબ આપીશ.' મેં તે સમયે ઉત્તર વાળ્યો હતો.

આખી રાત વિચારતી હતી. પહેલાતો લગ્ન કરવા જ નથી બસ નર્સિંગ દ્વારા થાય એટલી જન સેવા કરવી છે એવી ધૂન હતી. પણ મને થોડા સમયથી મારું જીવન અધુરું લાગવા માડ્યું હતું. એમની સરળતા, ઉમદા વિચાર, સદા સ્મિત મઢેલ ચહેરો અને હેલ્થ માટે સર્જાયલો વિલ પાવર મારા હૃદયને સ્પર્શી ગયો. મારે પણ સથવારાની જરૂર હતી. દુકાનના નવા નામકરણ માટે બીજે દિવસે જ સુધાને લઈને એમને મળવા ગઈ.

'દુકાનનું નામ "ખ્યાતી ખમણ" રાખવું હોય તો મારી એક શરત છે'

'જાણ્યા વગર પણ તમારી દરેક શરત મને મંજુર છે.'

'રોજ રાત્રે આપણે એક બેડમાં સાથે સૂઈ, વહેલી સવારે સાથે બેસી ગરમ મસાલેદાર ખમણ અને ચાનો નાસ્તો કરીયે એ મંજુર હોય તો આજે જ દુકાનનું નામ "ખ્યાતી ખમણ" રાખી શકો છો.'

'આપે શું કહ્યું? સમજાયું નહિ. યુ મીન...યુ મીન...મેરેજ? સુધા, ખ્યાતિ મને કહો કે હું હોસ્પિટલ બેડમાં સ્વપ્નામાં તો નથી ને? હું અત્યારે ક્યાં છું.'

'ના જગુભાઈ તમે હોસ્પિટલમાં સ્વપ્ના નથી જોતા. તમે સત્કાર પેલેસ હોટલમાં મારી સાથે અને તમારી ભાવી પત્ની ખ્યાતી સાથે છો. ખ્યાતી આપની સાથે લગ્ન કરી એનું પ્રોમિસ પુરુ કરવા માંગે છે. બસ લગ્નની તૈયારી કરવા માંડો. કોન્ગ્રેચ્યુલેશન.' સુધાએ સ્પષ્ટતા કરી.

'બસ આ છે અમારી પ્રેમ કહાણી. મેં આપ અમેરિકાના વડિલ મિત્રોની ઘણી વાત સાંભળી છે. આપ સૌ અહીં આવ્યા એ જ આપનો પ્રેમ પૂરવાર કરે છે. બસ અમને સુખદ દાંપત્ય મળે એવા આશિષ આપો એજ પ્રાર્થના.' બન્નેની આંખમાં અશ્રુબિંદુ ચળકતા હતા.

'એઈ સાસ્ટરી, મેં ટારી ટિકીટ કરાવેલી છે. ટુ આપના હેન્ડસ્મ જગુ અને બ્યુટિક્વિન ખ્યાટીના લગનની વાટ ટારા બ્લોગમાં લખજે. ટારી બંડલ વારટાઓ ટો કોઈબી વાંચતું નઠી, પન આપના જગુની વાત ટારા બઢ્ઢા રિડર્સ રીડ કરશે.'

'ચંદુભાઈ તમે કાયમ આ રીતે જ વાતો કરો છો? અમે પણ સુરતમાં જ જન્મ્યા છીએ પણ હવે સુરતમાં પણ કોઈ આવી વાત કરતું નથી. ખોટું ન લગાડશો પણ તમારી પાસે જ આવી મીઠી બોલી સાંભળવા મળી એટલે પૂછાઈ ગયું.' ખ્યાતિએ ખૂબ જ સરળતાથી ચંદુભાઈને પૂછ્યું

'ના, હું કાયમ નથી બોલતો; પણ આ શાસ્ત્રીનું ડાચું જોતાં જ મારી જીભનો ઓટોપ્રોગ્રામ શરૂ થઈ જાય છે. શાસ્ત્રી આજથી તારી સાથે સુરતી ભાષા બંધ. સે થેન્ક ટુ ખ્યાતી.'

'પ્રોમિસ?'

'ડોન્ટ પૂશ. આઈ એમ નોટ ખ્યાતી. આઈ એમ ઓપન ઇન માઈ ઓલ કમીટ્સમેન્ટ્સ. આઈ મે ચેઈન્જ માય માઈન્ડ એઝ પર માય મૂડ. આપણા આ જગુ લગ્નનો હેવાલ એઝ ઈઝ તારા બ્લોગમાં પબ્લિશ કરવાનો છે.'

હવે મારો છૂટકો છે? મેં તો હેવાલ લખ્યો. પણ એક વર્ષ સુધી બ્લોગમાં પબ્લિશ કરવાનો રહી ગયો. આજે જ સમાચાર મળ્યા કે અમારો જગુ, જોડીયા બાબાઓનો બાપ બન્યો છે. ચંદુભાઈ ચાવાલાને ખબર નથી કે મેં એક વર્ષ પહેલાની વાસી વાત આજે મારા બ્લોગમાં મૂકી છે. આશા છે કે સૌ મિત્રો જગુભાઈને અભિનંદન પાઠવશે. અને ખાસ તો જે મિત્રોનું વજન જરૂર કરતાં વધુ હશે તે કંઈક પ્રેરણા મેળવશે.

૧૨ બેલાનો જેન્ટલમેન ક્લોઝ ફ્રેન્ડ.

'આની સાથે તમારા વ્હાલના દરિયાએ ચોથીવાર મને નીચું જોવડાવ્યું છે. માથે ચડાવીને ફટવી મારી છે. ડો.રમા કાલે ઓ.પી.ડી.માં મારી સાથે જ હશે. એને શી રીતે આપની લાડલીની બીહેવિયર સમજાવીશ. માંડમાંડ એના ભત્રીજા, ડોકટર પિયુષને તમારી એકની એક દીકરીને મળવા તૈયાર કર્યો હતો. એને માટે તો ડોક્ટર છોકરીઓની લાઈન લાગે છે. એનો પ્રેફરન્સ પણ એમ.ડી છોકરીનો જ છે. આજે તમારી દીકરી નાની કીકલી નથી ગયે મહિને જ છવ્વીસ પૂરા કર્યા. બાપ દીકરી ગંભીરતા તો શીખ્યા જ નથી. ડોક્ટર!, હું બોલું છું તે સાભળો છો? તમારા બ્રેઈનમાં કંઈ પેનીટ્રેટ થાય છે ખરું?'

ડો.શરદ વૈદ્ય બધું જ સાંભળતા હતા. એમણે એમનું બ્રેઈન વેક્ષ પેપર જેવું, એટલેકે જળકમળવત બનાવી દીધું હતું. ઘરમાં પત્ની ડો.સરલા વૈદ્યનું ડોમિનેશન સ્વીકાર્યા છતાં, મૂંગે મોંઢે જે કરવું હોય તે કર્યા કરતા. એમનો મોટો દીકરો મનિષ પણ ડોક્ટર હતો. એને માટે ડોક્ટર સરલાએ શોધી કાઢેલી વહુ પણ ડોક્ટર હતી. બન્ને વેસ્ટ કોસ્ટના નાના ટાઉનમાં પ્રેક્ટિશ કરતા હતા. બીજો દીકરો એન્જીનિયર હતો અને કોઈ ફાર્મસ્ક્યુટિકલ કંપનીમાં નોકરી કરતો હતો. બન્ને દીકરાઓએ શું ભણવું, કયા પ્રોફેશનમાં જીંદગી જીવવી, કોને પરણવું એ બધું ડો.સરલા મમ્મી જ નક્કી કરતા.

નાની દીકરી બેલા ખુબ જ હોંશિયાર હતી. હાઈસ્કુલ પૂરી

થતાં એણે મમ્મીની સલાહ અને આજ્ઞા વિરૂધ્ધ આર્ટ્સના વિષયો લીધા. મમ્મીને તો બેલા દીકરીને પણ મોટી ગાયનેક બનાવવી હતી પણ બેલાને એમાં જરા પણ રસ ન હતો. બાપે માથે ચડાવેલ, વ્હાલના ખારા તોફાની દરિયાએ, મમ્મીની ચાર બહેનપણીઓની હાજરીમાં એક વાર કહ્યું હતું. "મારી સ્વીટ મમ્મી બીલકુલ ટીપીકલ દેશી જ છે. દરેક દેશીની જેમ જ, સી બીલીવ્ઝ, ધેર ઇઝ ઓન્લી ટુ પ્રોફેશન એક્ષીસ્ટ ફોર ઈન્ડિયન્સ. ડોક્ટર એન્ડ એન્જીનિયર." બીગ માઊથ બેટીએ આ વાત પણ મેડિકલ પ્રોફેશનમાં સંકળાયલી આન્ટીઓ આગળ કરી હતી, જેઓ પોતાના ચિરંજીવીઓ ને પણ મેડિકલ પ્રોફેશનમાં જ ધકેલવા માંગતી હતી.

દીકરીના વંડરફુલ પાપાએ મમ્મીની મહેચ્છાની અગેઇન્સ્ટમાં દીકરીને ઈચ્છીત નિર્ણયો લેવાના મૂક આશિષ આપી દીધા હતા. દીકરી બેલા ફ્લાઈંગ કલર્સ સાથે એમ.એ થઈ. ફરી વાર મમ્મીએ કહ્યું ભલે આટ્સમાં માસ્ટર કર્યું, હવે પી.એચ.ડી કરી નાંખ. એટલિસ્ટ નામ આગળ ડોક્ટર તો લખી શકાય.

'નો...હવે ભણવું નથી.'

બીજી સારી મોભાદાર નોકરીને બદલે બસ એણે ગ્રામર સ્કુલ એટલે કે પ્રાઈમરી સ્કુલમાં નોકરી લઈ લીધી. થર્ડગ્રેડની ટીચર બની ગઈ. નાના નિર્દોષ ભુલકાઓ કે જેમના આગળના બે ત્રણ દૂધિયા દાંત તૂટી ગયા હોય એમને ભણાવવા, રમાડવામાં જ પેરેડાઈઝ પ્લેઝર માણવા લાગી.

મેરેજ? સ્યોર. એણે કદીએ ના કહી ન્હોતી. એને તો

પ્રોસ્પેક્ટિવ મુરતીયાઓ સાથે વાત કરવાની ઘણી મજા આવતી. ઈન્ટવ્યુ આપવાને બદલે મુરતીયા અને તેમના માંબાપનો ઈન્ટવ્યુ થઈ જતો. મમ્મીને કહેતી 'પ્લીઝ મોમ, નેક્ષ્ટ ટાઈમ કોઈ સારા દેશી સાથે ગોઠવને કે જલ્દી મારા હાથ પીળા થાય ને તારા ઘરમાંથી બેલા નામની બલા જાય. પણ, હી મસ્ટ મેચ વીથ માય ફ્રેન્ડ રોજર.'

આ રોજરનું નામ પડે, એટલે જેમ સ્પેનિસ બુલ, રેડ કપડા સામે ધસે તેમ મમ્મી, બેલા સામે ધસતા. આ બોયફ્રેન્ડે જ બેલાની જીંદગીને રવાડે ચડાવી છે એમ મમ્મી માનતી. આ રોજર બેલાનો ખાસમ ખાસ ફ્રેન્ડ હતો. એ પણ એની સ્કુલમાં છોકરાં ભણાવતો, ડ્રોઇંગ શીખવતો. એનો નાનો એપાર્ટમેન્ટ એક આર્ટ સ્ટુડિયો હતો. કેનવાસ પર એના બનાવેલા ચિત્રોનું પ્રદર્શન થતું. નાની મોટી કિમતે એ વેચાતાં. રોજરનો ડાબો પગ ઘૂટણ નીચેથી કપાઈ ગયેલો એટલે એની જગ્યાએ એ લાકડાનો પગ પહેરતો હતો. એને સાચા પગની કોઈ ખોટ સાલતી ન હતી. એ પંદર વર્ષ જૂની કાર વાપરતો હતો. ફ્રાઈડે ઈવનિંગમાં એના એપાર્ટમેન્ટ સામે બેલાની, પાપાએ અપાવેલી બ્રાન્ડ ન્યુ સ્પોર્ટકાર પાર્ક થયેલી હોય અને બેલા રોજર સાથે એની ખખડધજ જૂની કારમાં કોઈ કોન્સર્ટમાં જતી હોય. રોજરનો વાન તો ઉજળો હતો પણ વાળ આફ્રો હતા. સરલામમ્મી રોજરનો ઉલ્લેખ વર્ણશંકર બોયફ્રેન્ડ તરીકે કરતી; અને બેલા મમ્મીને સુધારતી. મૉમ હી ઈઝ નોટ માય બોયફ્રેન્ડ; હજુ બોયફ્રેન્ડ નથી થયો. બસ જીગરજાન દોસ્ત. એ ડફોળ જો બોયફ્રેન્ડ થઈને પ્રપોઝ કરે તો કદાચ તારો જમાઈ પણ બને. હી ઈઝ માય 'જેન્ટલમેન ક્લોઝફ્રેન્ડ'.

પ્રવીણ શાસ્ત્રીની હલકી ફુલકી વાર્તાઓ

એ જેન્ટલમેન ક્લોઝ ફ્રેન્ડે બેલાનું વસ્ત્રવિહિન, છતાં અંગઉપાંગોની મર્યાદા સચવાય એવું ઓઈલ પેઇન્ટ પોર્ટ્રેટ બનાવ્યું ત્યારે, જેમને નગ્નદેહની નવાઈ ન હોય એવા ડોક્ટર પરિવારનું ઘર બેટલગ્રાઉન્ડ બની ગયું હતું.

......અને પાપા ડોક્ટરની કોમેન્ટ?.... માય એન્જલ બ્યુટિફુલ બેબી...થેન્ક્સ રોજર. યુ આર ગ્રેઇટ આર્ટિસ્ટ. પાપા મમ્મીએ રોજરને તો જોયો જ ન હતો.

પાપા ડોક્ટરે પોતાની ધરબાઈ ગયેલી મનોકામનાનું નિરૂપણ બેલામાં જોયું હતું અને પોસ્યું હતું. પોતે પ્રતિષ્ઠીત વૈદ્યના દીકરા હતા. હોંશિયાર હતા. સાહિત્ય, સંગીત, નાટક, સિનેમાના રસીયા હતા. સંગીત સ્પર્ધામાં પહેલું ઈનામ જીતતા હતા, પણ પિતાજીએ સંગીતશાળાના લેશન્સ પર પાબંધી લગાવી. લાગવગ અને પૈસાના આંધણ કરી મેડિકલ કોલેજમાં ધકેલ્યા હતા. હોંશિયાર હતા, પણ રસ ન્હોતો. લગ્ન પણ ડોક્ટરની દીકરી ડો.સરલા સાથે થયા હતા.

અમેરિકા આવ્યા પછી સંસારકારનું ડ્રાઈવિંગ ડો. સરલાદેવી કરતા હતા. ડોક્ટર પતિને પ્રોફેશનમાં જરાપણ દિલચસ્પી નહીં. હોસ્પિટલમાં મર્યાદિત સમય માટે રેડિયોલોજીમાં જોબ કરી લેતા. એમનો લાઈબ્રેરી રૂમ મેડિકલ બુક્સને બદલે શાસ્ત્રીય સંગીતની સીડીથી ભરેલો રહેતો. સરલાદેવીને આમાં જરાયે રસ ન હતો. ઘણીવાર સરલાદેવીનું ડોમેસ્ટિક લેક્ચર ચાલતું હોય ત્યારે શરદ ડોક્ટરના કાન પર હેડફોન હોય.

જોકે અત્યારે કાન પર સંગીત માટેનું હેડફોન ન હતું પણ

સરલાદેવીની વાતનો કોઈ પણ પ્રતિભાવ આપવાનો અર્થ નથી એ વિચારે એઓ મુંગા જ રહ્યા હતા.

આજે દીકરી બેલાને જોવા સરલાબેને એની ડોક્ટર ફ્રેન્ડ રમાના ભત્રીજા ડો. પિયુષ પટેલ ને આમંત્ર્યો હતો. ડો.પિયુષની સવારી ચાર વાગ્યે આવવાની હતી. આજે મમ્મીશ્રીને ખુશ રાખવા મમ્મીએ બતાવેલી સાડીનો શણગાર સજી બેલા. સાડા ત્રણ વાગ્યાની તૈયાર થઈને બેઠી હતી. પાંચ વાગ્યા સૂધીમાં ભાવી ભરથારના દર્શન ના થતાં; વન, ટુ, થ્રી... સાડી બેલાના ગૌર દેહ પરથી ઉતરી અને મમ્મીના બેડ પર ઢગલો થઈને પડી. સેક્સી સાથળ પ્રદર્શીત કરતું શોર્ટ અને ચોત્રીસી ઉરોજને માંડ સમાવતું ટીશર્ટ આવી ગયા. તે જ સમયે ડો.રમાબેન એમના ભત્રિજા ડો.પિયુષને લઈને દિવાનખાનામાં દાખલ થયા.

બેલાને જોઈને ખરેખર તો બિચારો પિયુષ શરમાયો હોય એમ નીચું જોઈ ગયો. બેલાએ એને ઉપરથી નીચે માપી લીધો. કપાળ ખુબ જ વિશાળ હતું કારણકે આગળના વાળે હિજરત કરવા માંડી હતી. અંદાજ પ્રમાણે બે વર્ષમાં લીસું કપાળ બોચી સૂધી પહોંચે એવી શક્યતા હતી. ચશ્માના લેન્સ જરા જાડા હતા. તે સિવાય બીજો વાંધો કઢાય તેમ ન હતો. જો સાડી પહેરી હોત તો એ ચોક્કસપણે નમસ્કાર કરવાની હતી પણ હવે? એણે રમાઆન્ટીસાથે હેન્ડશેક કર્યા અને એનાથી વિપરીત પિયુષને હાય કહી હગ કરી.

પિયુષની ટાલ પર પરસેવો ચળક્યો હતો.

“પિયુષભાઈ, તમે જો સમયસર આવ્યા હોત તો વાત

કરવાની મજા આવત. અત્યારે હું ફ્રેન્ડ સાથે બાસ્કેટબોલ ગેઇમ જોવા જાઉં છું. તમારો ફેવરિટ એન.બી.એ સ્ટાર કોણ?"

'હેં.. હેં...હં..ના...મને..મને એવી ગેઈમ જોવાનો સમય જ નથી મળતો...'

'પિયુષભાઈ તમે છેલ્લી બેસ્ટ સેલર બુક કઈ વાંચી? આઈ મીન ફિક્ષન.'

'ફિક્ષન? હમણાં તો ક્લિનિક ફિક્ષ કરવામાં જ રોકાયલો છું.'

'તમને સ્પોર્ટસમાં રસ નથી એ તો ખ્યાલ આવ્યો પણ બ્રોડવે શોમાં તો રસ હશે જ. છેલ્લો કયો પ્લે જોયો?'

'બ્રોડવે પર જવાનો પણ સમય જ નથી મળ્યો. એક વખત ક્લિનિક સેટ થઈ જાય પછી જવા વિચાર છે.'

'પિયુષભાઈ બહુ સરસ વિચાર છે. તમારી સાથે વાત કરવાની ખુબ મજા આવી. તમારા લગ્ન થાય પછી ભાભીને લઈને અમારે ત્યાં આવતા રહેજો. આપણે ઘણી વાતો કરીશું. રમા આન્ટીએ મમ્મીને વાત કરી હતી કે તમને બટાકાવડા બહુ ભાવે છે. મને બટાકાવડા બનાવવાનો ચાન્સ જ ન મળ્યો. મેં બનાવ્યા છે એવું અમારી મમ્મી કહે તો માનશો નહીં. ઓનેસ્ટ્લી સ્પીકિંગ મને પણ બટાકા વડા તો બહુ ભાવે પણ મને કાંઈ બનાવતાં આવડતું નથી. અમારા હાઉસકિપર માસીએ બનાવ્યા છે. ધી બેસ્ટ ઈન ધ ટાઉન ક્વોલિટી...ચાખ્યા વગર ના જશો. સોરી ...આઈ એમ રનિંગ લેઇટ. બાય આન્ટી...બાય પિયુષભાઈ....' અને બેલા ઉડી ગઈ.

બેલા નાદાન ન્હોતી. બેલા ટીનેજર ન હતી. મેચ્યોર એડ્યુકેટેડ લેડી હતી પણ આખરે તો એ પાપાના વ્હાલનો ઉછાળતો દરિયો હતી. ક્યારે એ કેવી રીતે વર્તશે એ ટોટલી અન્પ્રેડિક્ટેબલ હતું.

બસ આમ થાય પછી ડો. સરલાદેવીનો ક્રોધ લાવા ઉકળે જ ને?

‘તમે સાંભળો છો? આ તમારી દીકરીનું શું કરવાનું છે?’

‘મારી જ નહીં ...આપણી દીકરી કહેવાય. એ એના જીવનનો માર્ગ જાતે શોધશે. શા માટે તમે એને માટે હાય-વલારા કરો છો. ભલે એ ના કહેતી હોય પણ એ રોજરને ચાહે છે. રોજર એને ચાહે છે. એ મોટાભાગનો સમય એની સાથે જ પસાર કરે છે. જ્યાં સૂધી તમે એમ.ડીની લાઈન લગાવ્યા કરશો ત્યાં સૂધી એ તમને ઊડાવ્યા કરશે. ડોક્ટરગ્રંથીના આપણે રોગી છીએ.’ શરદભાઈએ પત્નીની સામે જોયા વગર જ દીકરીની વકીલાત કરી.

‘શું તમે એમ કહેવા માંગો છો કે એને લંગડા પેન્ટર સ્કુલ માસ્તર સાથે પરણાવી દેવી. ભલે એ ડોક્ટર ન થઈ પણ એટલિસ્ટ ડોક્ટર વાઈફ તરીકે ઉંચી સોસાયટીમાં તો જીવી શકે. બસ બોલ્યા લંગડા સાથે પરણાવી દો.’

‘ગમે તે માણસને ગમે ત્યારે એક્સિડ્ન્ટ થઈ શકે. એ અપંગ બની જાય. લગ્ન પછી એમ.ડી સર્જન હાથ ગુમાવી દે તો? બેલાની વાત સાચી છે જમાઈ ડોક્ટર એન્જિનીયર જ હોવો જોઈએ એવો દુરાગ્રહ શા માટે? આપણો દીકરો ડોક્ટર છે. કમાણીમાંથી બચત

કરી મોટેલ લીધી છે. એના મેડિકલ પ્રોફેશન કરતાં એ મોટેલમાં જ વધુ કમાય છે. બિચારો કહેતો હતો કે હવે ગવર્નમેન્ટ, અને મેડિકલ ઈન્સ્યુરન્સના કોમ્પ્લીકેશન વચ્ચે પ્રેક્ટિશ કરવાનું એને અઘરું પડે છે. ફુલ ટાઈમ મોટેલમાં પડવા વિચારે છે. નાનાએ લીકર સ્ટોરમાં ઝંપલાવ્યું છે. મેટ્રિક ફેઈલ મિલિયનર સાળો એને મદદ કરી રહ્યો છે. તમે પણ આ જાણો છો પણ બસ ડોક્ટર ડોક્ટર કર્યા કરો છો. બીજા દસ પંદર કેન્ડિડેઇટ બતાવો અને આજની વાતનું રિપીટેશન કરતા રહો.'

પપ્પાએ મમ્મી સામે જોયા વગર દાંત પીસીને આ વાત કહી હતી

......બે મહિના શાંત ગયા. મમ્મીએ દીકરીની કોઈ ટીકા ટીપ્પણી કરી નહીં.

એક દિવસ એકદમ મમ્મીનો ઓર્ડર છૂટ્યો. "આજે એક મારી પસંદગીનો છેલ્લો છોકરો આવવાનો છે."

હા, આજે એક મુરતિયો જોવા આવવાનો હતો. મોર્નિંગ બ્રેકફાસ્ટ સમયે વાત થતી હતી.

'મોમ, આજે કઈ સાડી પહેરીશ? એની શી સ્પેશિયાલીટી છે?'

'તારે જે પહેરવું હોય તે પહેરજે. આઈ ડોન્ટ કેર. તારે જેવી બીહેવિયર કરી મને નીચું જોવડાવવું હોય તે બીહેવિયર કરજે. આઈ ડોન્ટ કેર. ધીસ ઈઝ માય લાસ્ટ એટેમ્પટ. આઈ વોન્ટ ઈન્ટર્ફિયર ઈન યોર લાઈફ. આઈ હેવ ઈન્વાઈટેડ યોર બ્રધર્સ ટૂ. આજનો

મુરતિયો ન ફાવે તો તું જાણે અને તારી લાઈફ જાણે. આઈ એમ ફિનિસ્ડ વીથ યુ. બી રેડી એટ ફોર ઓ ક્લોક. ન ફાવે તો માસ્તરને ત્યાં ચાલવા માંડજે.'

સરલાબેનનો હિટલરી મિજાજ જોતાં બાપ દીકરીને મૂંગા રહેવાનું જ યોગ્ય લાગ્યું.

બે ભાઈ અને બે ભાભી લંચ ટાઈમ સૂધીમાં આવી ગયાં હતાં. મૉમ સીરીયસ હતી. આજે યુઝવલ કરતાંયે ટફ હતી. પાપા એઝ યુઝવલ કુલ હતા. એ હંમેશા વેઈટ એન્ડ સી માં માનતા હતા. હશે કોઈ દાક્તરીયો.

બેલાએ એનો અને મમ્મીનો વોર્ડરોબ ફેંદી નાંખ્યો. દર વખતે તો મમ્મી શું પહેરવું તેની આજ્ઞા કરતી. મોં ચડાવી કોમેન્ટ સાથે બેલા વસ્ત્રપરિધાન કરતી. આજનો મિજાજ જોતાં બેલાએ શક્ય એટલી નરમાશથી પૂછ્યું "મૉમ વ્હોટ સેલ આઈ વેર?"

"આઈ ડોન્ટ કેર. વ્હોટેવર યુ લાઈક. બર્થ ડે સ્યૂટમાં યે શું ફેર પડે. ફોટા તો ચિતરાવ્યા જ છે ને!"

આજે બેલા ખરેખર કન્ફ્યુઝ્ડ હતી. છેવટે બેસણાંમાં જવાની હોય એવા સફેદ કુર્તા પાયજામા પહેરી લીધાં. ઠાવકી થઈ મહેમાનની રાહ જોતી હતી.

બરાબર ચાર વાગ્યે વ્હાઈટ સ્ટ્રેચ લિમોઝિન, એન્ટ્રન્સ પૉર્ચ સામે પાર્ક થઈ. એમાંથી એક ટોલ, ડાર્ક હેન્ડસમ મેનની સાથે બ્યુટિફુલ લેડી ઉતર્યા અને ઘરમાં દાખલ થયાં. ડો. સરલાદેવી

પ્રવીણ શાસ્ત્રીની હલકી ફુલકી વાર્તાઓ

સિવાય સૌને માટે આવેલ કપલ વિસ્મયકારક હતું. દેશીને બદલે વિદેશી દંપતિએ ઘરમાં પ્રવેશ કર્યો.

"વેલકમ મિસ્ટર એન્ડ મિસીસ જોન્સન્સ."

બેલાને લાગ્યું કે આમને કશેક જોયા છે પણ યાદ નહોતું આવતું...... અને એકાએક ટ્યુબ લાઈટના અજવાળાં ફેલાયા.

ઓહ નો!.... ઓહ માય ગોડ! ....ઓહ નો!.... ઓહ માય ગોડ! આતો રોજરના પેરન્ટ્સ. રોજરના આર્ટ રૂમમાં એના પેરન્ટ્સનું મોટું પોસ્ટર સાઈઝનું ઓઈલ પેઈન્ટિંગ દિવાલ પર શોભતું હતું. બ્લેક ફાધર અને વ્હાઈટ મધર. રોજર સાથે ક્લોઝ ફ્રેન્ડશીપ હોવા છતાં એઓ એ અંગત જીવન અને કુટુંબ વિશે વાતો કરવાનો રિવાજ રાખ્યો ન હતો. એઓ ટીપીકલ ઈન્ડિયન ન હતા કે તમે ક્યાંના થી શરૂ કરી, સાત પેઢીના ઈતિહાસની માહિતીની આપ લે થઈ જાય. બેલાએ રોજરના પેરન્ટસને પોતાના દિવાનખાનામાં જોઈ પહેલીવાર કંપન અનુભવ્યું.

"હાય મિસ્ટર જોન્સન; લેટ મી ઈન્ટ્રોડ્યુસ માય ફેમિલી મેમ્બર્સ. ધીસ ઈઝ માય હસબંડ ડો.શરદ વૈદ્ય. હી ઈઝ રેડિયોલોજિસ્ટ ઇન ઓર્થોમેડિકલ સેન્ટર." મમ્મીએ શરદભાઈ સહિત આખા ફેમિલીની ઓળખાણ કરાવી. ઓળખવીધી પૂરી થઈ અને લિમોઝિનની પાછળ રોજરની ખખડધજ કાર પાર્ક થઈ. ઓહ આ તો રોજર. રોજર ઘરમાં દાખલ થયો. એણે સૌને હાથ જોડી વંદન કર્યા.

મમ્મીએ ઠંડે કલેજે બેલાને સંબોધીને કહ્યું "બેલા, મિસ્ટર

વિલિયમ જોહન્સન સિવિલ એન્જીનિયર છે અને શિકાગોના મોટા બિલ્ડર અને મૉલ ડેવલોપર છે. એમના પત્ની ડો.કેથી જોન્સને જર્નાલિઝમમાં ડોક્ટરેટ કર્યું છે અને ટીવી ન્યુઝ ડારેક્ટર છે. એમના આ સન, મિ.રોજર જોન્સન એજ્યુકેશન ફિલ્ડમાં છે. ખૂબ સારા ચિત્રકાર છે અને એના પેઈન્ટિંગ્સ વખણાય છે અને ઊંચી કિંમતે વેચાય છે. પેઈન્ટિંગ્સની જે આવક થાય છે તે બધી જ રકમ અપંગ બાળકો માટેની ચેરિટીમાં જાય છે. એમણે નાનપણમાં એક અકસ્માતમાં ડાબા પગનો ઘૂંટણ નીચેનો ભાગ ગુમાવ્યો હતો. એ એની સાથે જોબ કરતી એક છોકરીને પ્રેમ કરે છે પણ એની પ્રેમિકા પગ વગરના પતિ સાથે જોડાય એ ઇચ્છતા નથી. એટલે આજ સૂધી એણે એ છોકરીને પ્રપોઝ કર્યું નથી. મેં ખુલ્લુ દિલ દિમાગ રાખીને તારે માટે રોજરની પસંદગી કરી છે. રોજરને તારે માટે સમજાવ્યો છે. તને મારી આ પસંદગી ગમતી હોય કે ન ગમતી હોય તે પ્રમાણે રોજર જે કાંઈ પૂછે તે ક્વેશ્ચનનો એન્સર આપજે." ઈરાદા પૂર્વક, હળવી રીતે સરલા મમ્મીએ રોજરની ઓળખ બેલાને માટે અજ્ઞાત વ્યક્તિ હોય એ રીતે કરી."

પુરી દશ મિનિટ શરદભાઈ, બેલા અને એના ભાઈભાભી બાઘાની જેમ મોં ફાડીને એક બીજા સામે જોતા રહ્યા. જોન્સન ફેમિલી સ્મિત વેરાવતું બેલા સામે જોઈ રહ્યું હતું. ડો.સરલાદેવી અદબ વાળીને દીકરીની શરણાગતીની રાહ જોતાં હતાં.

.....અને રોજરે એક જ્વેલરી બોક્ષ ખોલ્યું. ડાયમંડની રિંગ ચળકતી હતી.

'બેલા, આઈ લવ યુ. મારા પગની અપંગતાને કારણે જ આજ સુધી મૈત્રીથી આગળ વધતાં અટક્યો હતો. આજે મને મારા પેરન્ટ્સ અને મમ્મીના બ્લેસીંગ મળ્યા છે. વિલ યુ પ્લીઝ મેરી મી અને બી a મેમ્બર ઓફ the જોન્સન્સ ફેમિલી?"

'રોજર અને બેલા કોઈ પણ નિર્ણય લે તે પહેલા મારે કંઈક કહેવું છે. રોજર ઈઝ અવર ઓન્લી ચાઈલ્ડ. અઢારની ઉમ્મરથી એણે પોતાની જીંદગી પોતાની રીતે જીવવાનું શરુ કર્યું હતું. અમે એને માટે કંઈ પણ કરવા માંગીયે ત્યારે એનો એક જ જવાબ હતો. "ઈફ આઈ નીડ ઈટ; આઇ'લ આસ્ક ફોર ઈટ.' ફાધર વિલિયમ જોહનસને રોજર અંગે સ્પષ્ટતા કરી.

"એણે અમારી પાસે કશું સ્વીકાર્યું નથી. હું નથી ઈચ્છતી કે મિલિયનોર ઈનલોઝ ની ડોટર ઈન લો ક્રમી એપાર્ટમેન્ટમાં જીવન જીવે. જો રોજર લક્ઝરી સ્યુટમાં જવા તૈયાર હોય તો જ અમે વેડિંગમાં હાજર રહીશું. અમારા બેલા અને રોજર સાથેના ભવિષ્યના સંબંધનો આધાર રોજરના જ્વાબ પર રહેશે " કેથી મમ્મીએ રોજર પર ઈમોશનલ બ્લેક મેઇલિંગ કરી માની મમતા દર્શાવી.

"યસ, ડેડ, ઇફ બેલા એગ્રી અમે તમારા સ્યૂટમાં રહેવા જઈશું." રોજરે વિવેક પૂર્વક હા કહી. છૂટકો જ ન હતો.

રોજરે ફરી એજ સવાલ દોહરાવ્યો.

'બેલા, આઈ લવ યુ. વિલ યુ પ્લીઝ મેરી મી અને બી a મેમ્બર ઓફ the જોન્સન્સ ફેમિલી?"

"તારી મૉમ હંમેશાં સંતાનોના જીવનના બધા નિર્ણયો પોતાની રીતે જ કરતી આવી છે. બેટી, સે યસ ટુ રોજર. યોર મૉમ ઈઝ ધ વીનર." પાપાએ પણ હસતાં હસતાં શરણાગતી સ્વીકારવા સૂચવ્યું.

અને બેલાનો એન્સર હતો...

"યસ, યસ યસ એન્ડ ડેફિનેટલી યસ."

બેલાની રિંગ ફિંગર પર કિમતી હિરાની વિંટી ચળકતી હતી. આજે છેવટે, જીદ વગરની જીત તો સરલાદેવીની જ હતી.

૧૩ બે થપ્પડ બે ચુમ્મા.

બાવીસ વર્ષ પહેલાની વાત છે.

નયનભાઈને બાવીશ વર્ષ પહેલા જાન્યુઆરીની પહેલી તારીખે એટલે કે રાત્રે બારકલાક અને પાંચ મિનિટે એમના ઘરવાળા મહાકાયા કોકિલાબેને સવાસો મહેમાનોની પાર્ટીમાં એક જોરદાર થપ્પડ ચમકાવી દીધી હતી.

કારણ?

એક્ત્રીસ ડિસેમ્બરની રાતે બાર વાગ્યે ન્યુ યર ઈવની પાર્ટીના નાચ ગાન થંભી ગયા. બેન્ક્વેટ હોલની લાઈટ બંધ થઈ ગઈ. અને બધા યુગલો એકબીજાને બકી કરવા ચોંટી પડ્યા. હવે તે સમયે કોકિલાબેન બાથરૂમમાં કોઈ નયનભાઈની બહેનપણી સાથે નયનભાઈના રમુજી રોમેન્ટિક સ્વભાવની વાતમાં પડ્યા હતા. એમને સમયનો ખ્યાલ રહ્યો નહીં. લાઈટ ગઈ અને હેપ્પી ન્યુયર ના નારા સાથે પાછી આવી. અને નયનભાઈના યે બાર વાગી ગયા.

કોકિલાબેને આવીને જોયું તો નયનભાઈના હોઠ સાન્ડ્રાના હોઠ સાથે ચોંટેલા હતા. નયનભાઈ અને સાન્ડ્રાની આંખો બંધ હતી. નયનભાઈનો એક હાથ સાન્ડ્રાના નિતંબ પર અને બીજો હાથ,.....જવા દોને....ખાનગીમાં કહું તો બ્રેસ્ટ પર હતો. સાન્ડ્રા એના બોયફ્રેન્ડ સાથે આવી હતી. પણ એના બોયફ્રેન્ડને કોઈ સારી સબ્ટિટ્યુટ મળી ગઈ હશે કે કેમ પણ, એ ગાયબ થઈ ગયો હતો.

અંધારું થયું ત્યારે નયનભાઈને તો એમ કે આતો મારી કોકિલા જ છે. પણ કોકિલાની જ સાઈઝ શેઈપમાં મોલ્ડથયેલી કો-વર્કર સાન્ડ્રાને વળગી પડ્યા હતા. ચુમ્માલીસી નયનભાઈને કંઈક સારું લાગ્યું હશે તે જાણ્યે અજાણ્યે સાન્ડ્રા વળગણને વળગી જ રહ્યા.

દર વર્ષે તો એમને કોઈ ને કોઈ સિંગલ ફ્રેન્ડ હેપ્પી ન્યુ યરની બકી કરવા વાળી મળી જતી. પણ આ વખતે તો વાત જ જૂદી જ હતી. પહેલી જ વાર નયનભાઈ કોકિલાબેન સાથે પધાર્યા હતા. ત્યારે આવું થાય?

કોકિલાબેન આવ્યા, નયનભાઈને જોયા, હાથ પકડીને ખેંચ્યા અને છૂટા પાડી ગાલ પર એક થપ્પડ જડી દીધી. હાથ પકડીને કારમાં ખેંચી ગયા. ઘરમાં એક રૂમમાં નયનભાઈ ફેંકાઈ ગયા. બિચારા જાણતા હતા કે બચાવ કરવાનો કશો જ અર્થ નથી. બસ મૂંગા રહ્યા.

નાના છોકરાને કોઈ ગુના માટે “યુ આર ગ્રાઉન્ડેડ” ફરમાવીને એક રૂમમાં બેસાડી દેવાય તેમ જ નયનકુમારને રૂમમાં મૂંગા મૂંગા બેસી રહેવું પડતું. કોકિલાજીની જીભમાં, કોકિલના કંઠની મિઠાશની આશા થોડી રખાય? વાતવાતમાં નયનભાઈને દબડાવે. બિચારા ગરીબડા નયનભાઈ હસી કાઢે. કોકિલાબેન દુર્ગા સ્વરૂપના થાય. જ્યારે આવું થાય ત્યારે તેઓ મજાકમાં કહેતા; “ડાર્લિંગ કુકુ, તમારો કલર, ચામડી અને સાઈઝ મહેસાણાની ભેંસ જેવો છે. પણ ભેંસની સ્થિતપ્રજ્ઞતા કેમ નથી તે જ સમજાતું નથી?”

આ કોમેન્ટ પછી. બારણા ઠોકાતાં, વાસણો અફળાતાં, ડિશોના ટૂકડા થતાં. આઠ દશ દિવસ અબોલા રહેતાં. નયનભાઈ ફરી મસ્કા મારી

મારીને સલાહ કરતાં. દેવીજી બોલતાં થતાં

નયનભાઈ અને કોકિલાબેન કોઈ લગ્નમેળામાં મળ્યા હશે. પ્રેમ બ્રેમ જેવું કશું નહીં. જન્માક્ષર કે કુંડળી પ્રમાણે નયનભાઈને મંગળ અને કોકિલાબેનને શની. અને જ્યોતિષશાસ્ત્ર પ્રમાણે શની હંમેશા દબાવે. નયનભાઈનું મુખાર્વિંદ કોઢના કારણે ઊજળું ઊજળું. વળી એ સામે જોતા હોય પણ એમનો ડોળો ગલીમાં હોય. ખબર જ ન પડે કે એ કઈ સુંદરી સામે જૂએ છે અને કઈ બ્યુટીને હૈયામાં સમાવે છે. નયનભાઈ પાછા રંગીલા સ્વભાવના. બધી છોકરીઓના વ્હાલા. છોકરીઓના ટોળામાં બેસીને મજાની વાતો કરે. પોતાની જાત પર અને આંખ પર હસતાં હસાવતાં રહે. પણ માણસ ભલે મજાનો હોય ઉજળો અને એન્જીનીયર થયેલો હોય એનો અર્થ એવો થોડો કે એને હસબન્ડનું લેબલ મારી શકાય! સિલેક્શન ઇલેક્શનમાં થોડા વર્ષો વેડફાઈ ગયેલા.

કોકિલાદેવીનું પણ એવું જ. રંગ રૂપ બરાબર કોકિલા જેવો જ. અવાજ નહીં. કોઈ કાળી હોય તેને કાગડી થોડી કહેવાય? જરા શરીર વધેલું હોય તેને ભેંસ થોડી કહેવાય. એમતો કોકિલાબેન પણ નર્સિંગનું ભણેલા. પણ "ભાઈને કોઈ દે નહીં અને બાઈને કોઈ લે નહીં" એવો ઘાટ હતો.

લગ્નમેળા આયોજકોએ બન્નેને સમજાવીને જોડી દીધા.

ગમા અણગમા, લડતાં લવ કરતાં સંસારનો ખટારો ચાલતો હતો. નયનભાઈ સહનશીલ અને મોટા દિલના માણસ.

પણ આ વખતે નયનભાઈને ખૂબજ લાગી આવ્યું. લાગે જ ને! એની જગ્યાએ તમે કે હું હોઈએ તો આપણને પણ લાગી આવે. એઓ કાયમ કોવર્કર સાથે ભારતીય સંસ્કૃતિની બડાશ મારતા. એમણે કોકિલાબેન નું આજ્ઞાંકિત પ્રેમાળ પત્ની તરીકે સરસ ચિત્ર ઉપસાવ્યું હતું. સહકાર્યકર્તાઓએ ખાસ આગ્રહ કરીને કહ્યું હતું, નયન, ડોન્ટ કમ એલોન. બ્રીંગ યોર વાઈફ વીથ યુ. નયનભાઈને કોકિલાબેનના સાઈઝ, શેઈપ અને કલર સંકોચ હતો તેના કરતાં એના બોસી સ્વભાવની ચિંતા હતી; બાકી સાન્ડ્રા જેવી તો બે ત્રણ મહાકાયદેવીઓ કંપનીમાં હતી જ. એમને સંકોચ સાથે કંપનીની પાર્ટીમા લઈ ગયા હતા. અને એક થપ્પડ ખાધી. તમારા ઈન્ડિયામાં આવું ન બને, અમેરિકામાં તો ન બને તો નવાઈ.

વાંધો તો ગાલ પરની થપ્પડ નહીં પણ અહમ પર પડેલી લપડાકનો હતો.

નિર્ણય થઈ ગયો. બસ મારે જ મૂંગા રહેવું છે. સદાકાળ માટેનું ધર્મપત્ની કોકિલાદેવી સાથે મૌનવ્રત. જાણે નયનભાઈને ભગવાને જીભ જ નથી આપી. પગારનો ચેક કિચન ટેબલ પર મૂકી દેવો. દેવીજી જે કાંઈ કહે તે સાંભળવું, જે આજ્ઞા થાય તે પાળવી. અને કોઈ કોઈ વાર ગૃહસ્થી તરીકે સહશયન સિવાયનો પતિધર્મ પણ બજાવવો, પણ બધું મૂંગે મોઢે. જોબ પરથી આવીને કિચનમાં જે કાઈ વધ્યું ઘટ્યું હોય તે ખાઈ લેવું. રોજ બે ત્રણ પેગ ચડાવી “પીધેલ” નામે આવડે તેવી કવિતાઓની ફેસબુક પર ઠોકાઠોક કર્યા કરવી.

નયનભાઈ ગોગલ્સ. ચડાવીને પ્રોફાઈલ ફોટા બદલ્યા કરે. બે લાઈન મારે કે કવિતાની બાર લાઈન. લાઈકના તો ઢગલા થાય. આ સિવાય એમની પ્રોફાઈલમાંથી બીજું કાઈ ન મળે.

એ "પીધેલ" ફેમસ થઈ ગયા. એમને પેગના નશા કરતાં "પીધેલ"ની પ્રસંશાનો નશો જબરો ચડ્યો.

એતો બસ ભૂલી જ ગયા કે ઘરમાં કોઈ કોકિલા નામની પત્ની છે. હઠીલી, બીગ હેડ બીબી પણ સમજૂતી કરવા તૈયાર ન હતી. સાથે પણ સ્વતંત્ર જીવન વહેતું હતું. છૂટા થવાનો પણ સવાલ જ ન હતો.

એક વીક, એક મન્થ, અરે એક યર. એક બે વર્ષ નહીં પણ પૂરા બાવીસ વર્ષ આવી રીતે કોઈ પણ જાતના શારીરિક સ્નેહાવશ કે શાબ્દિક યુધ્ધ વગર વહી ગયા. જાણે બે જૂદા રૂમમાં જીવતાં સર્કસના ને જુદા જ એનિમલ હોય એવા થઈ ગયા. કોકિલાદેવી સ્વામિનારાયણ સંપ્રદાયમાં ભેરવાઈ પડ્યા.

પાંસઠ વર્ષની ઉમ્મરે. નયનભાઈ નોકરીમાં નિવૃત્ત થયા. સહકર્મી જાડી, પાતળી, લાંબી, ટૂંકી, કાળી ધોળી, સૌ મહિલાઓએ આલિંગન આપી, બકીઓ કરી ભાવભીની વિદાય આપી. અને તેના પોસ્ટર સાઈઝના ફોટાઓથી એમના રૂમની દિવાલ શોભી ઊઠી.

કોમ્પ્યુટર પર લખવા વાંચવા પ્રેરણામૂર્તી માટે કંઈક જરૂરી હતું તે એક ગુગલ ઈમેજના મજબુત ભેંસના ફોટાથી પુરું કરી દીધું,

કોકિલા સ્વામિનારાયણ સત્સંગના પ્રભાવે સ્થિતપ્રજ્ઞ થઈ ગયા હતા. એમણે પણ "આઈ ડોન્ટ કેર" ની નીતિ અપનાવી દીધી હતી. એક

વાર પતિદેવ નયનજી બહુ ખાંસતા હતા. એમણે જરૂરી દવાઓ અને સૂચના ટેબલ પર મૂકી દીધી હતી. ઉધરસ મટી ગઈ. નયનભાઈએ થેન્ક્યુ કાર્ડ કિચન ટેબલ પર મૂકી દીધો હતો. એમ તો, મેરેજ એન્નીવર્સરી અને નયનભાઈની બર્થ ડે પર પણ કિચન ટેબલ પર મિષ્ટાન્ન-ફરસાણ ગોઠવાઈ જતાં, અને મૂંગા મૂંગા ભોજન લેવાઈ જતું.

એક દિવસ કોકિલાજીનો એક ફતવા જેવો નયનભાઈ માટે લેખીત ઓર્ડર કિચન ટેબલ પર મૂકી દીધો. "હું ઘરની બહાર હોઈશ. થોડા સંતો અને ભક્તોને સામૈયા માટે આમંત્ર્યા છે. એમનો સત્કાર કરજો."

આજ્ઞાપાલક પતિદેવ નયનભાઈએ પોતાનાથી બનતું બધું જ કર્યું.

સંતોની નજર એમના રૂમ પર પડી. આટલી બધી મહિલાઓ સાથેના એમના ફોટા, હારબંધ ગોઠવાયલી દારૂની બાટલીઓ જોઈને સંતો ભડક્યા. વ્યભિચારી, મદ્યપાનના વ્યસની પુરુષને આપવા જેવી અનેક શિખામણનો ઉપદેશ અપાયો. શિક્ષાપત્રી અને સંપ્રદાયની પુસ્તિકાઓ અપાઈ.

માનશો નહીં પણ નયનભાઈ પણ બદલાઈ ગયા. સત્સંગનો પ્રભાવ સરસ હતો. પર્ફેક્ટ બ્રેઈન વોશિંગ થઈ ગયું. બે દિવસમાં દિવાલ પરથી બધા પોસ્ટર નીકળી ગયા. ભેંસને બદલે ગાય માતાના ફોટા આવી ગયા.

સ્વામિનારાયણ મંદિરમાં વધુને વધુ સમય ગાળવા માંડ્યો. ફેસબુકપર પણ જય સ્વામિનારાયણ જય સ્વામિનારાયણ કરવા

માંડ્યું. લાઈક નંબર ઝીરોની નજીક પહોંચી ગયો.

**

આજે ગુરુપુર્ણિમાને દિવસે બાળકો અને યુવકોનો દિક્ષા સમારંભ હતો. જેમાં માત્ર પુરુષોની જ હાજરી હોય. કોણ કોણ દિક્ષા લેવાના હતા તેમના નામો પણ જાહેર થયા હતાં. ઘણાં સફેદ વસ્ત્રો ભગવા થવાના હતાં. આનંદનો અવસર હતો.

કોકિલાબેનનો ફોન રણક્યો.

અરે કોકિલાબેન નયનભાઈની દિક્ષા છે અને તમે આજે મંદિર સેવામાં આવ્યા નથી? તબિયત તો સારી છેને?

શું? વ્હોટ? નયન દિક્ષા?

હા હા નયનભાઈ સભામાં બેઠા છે. દૂરથી દર્શન કરીશું.

નયન દિક્ષા?

હા તમારી સાથે વાત નથી થઈ. અરે પત્રિકામાં નામ નથી વાંચ્યું?

ઓહ માય ગોડ?

...અને કોકિલાબનની વોક્સ વેગન નેવુ માઈલની ઝડપે મંદિરના પાર્કિંગ લોટમાં પહોંચી....દોડ્યા...અરે! બેન આગળ ના જવાય, ના જવાય. સંતો બેઠા છે. મહિલાઓ માટે પ્રતિબંધીત એરિયા છે. ના જવાય... પણ એ તો અનેક હાથો હડસેલી તોફાની સુનામીની જેમ ધર્મસભામાં પહોંચી ગયા. નયનભાઈ હાથ જોડી આંખો બંધ કરી

બેઠા હતા.

આજે બાવીશ વર્ષ પછી છાંસઠ વર્ષના નયનભાઈને ધાર્મિક સ્થળે બીજી થપ્પડ પડી. હાથ પકડી, નયનભાઈને સેંકડો ભક્તોની હાજરીમાં ઘસડીને કારમાં નાંખ્યા.

નયનભાઈ અરે અરે કરતાં રહ્યા. મહાકાય કોકિલાબેને નયનભાઈને બેડમાં પછાડ્યા. અને એમની ઉપર બ્લાઉઝના બટન ખોલી એમની કાયાથી નયનભાઈના વર્ષોના બ્રહ્મચારી દેહને અભડાવ્યો. કચડી નાંખ્યો.

નયનભાઈનું મૌન વ્રત તૂટ્યું. માંડ માંડ અવાજ નિકળ્યો. અરે કુકુ...આ ઉમ્મરે?

ચૂપ મરો. અને કોકિલાબેનના બે હોઠ નયનભાઈના હોઠોને કચડી રહ્યા હતા.

(હા હા તમે તો આ વાત ન જ માનો...કહેશો કે ઈમ્પોશિબલ. જો તમે કોકિલાબેનને મળ્યા હો તો તરત જ કહી દો કે એવ્રીથીંગ ઈઝ પોસિબલ.)

૧૪ ચીટકુ ગઠિયો

"અરે કરસનભાઈ, તમે તો ખરા છો ભાઈ. મને જોઈને પૂંઠ ફેરવી લીધીને? "

ઈન્ડિયા બજારમા જ્વેલરીના સ્ટોરનું વિન્ડો ડિસપ્લે જોતો હતો ત્યાં મારા વાંસાપર જોરદાર ધપ્પો પડ્યો.

"અરે ભાઈ, તમારી કંઈ ભૂલ થાય છે. હું...હું કરસનભાઈ... ન.."

"હવે જાવ, જાવ તમે. મને બનાવવાની વાત કરો છો? તમે તો પહેલા જેવાજ ટિખળીયા રહ્યા. તમને એમ કે આ અમિતાભ જેવી બોકડિયા દાઢી વધારી એટલે હું છેતરાઈ જઈશ? "

"ના ભઈ ના. હું કરસન..."

"હવે ઠેકાણે આયા ને!. કહોને કે ગોમના તળાવમા આપણે નાગા નાગા ભુસ્કો મારતા તે હૌ ભુલી ગ્યા. "

"પણ હું તો શહેરમા...."

"હા, હા. મને ખબર છે. તમે સે'રમા નાઠેલા. ચાલો જવાદો એ વાત. નોરતા ચાલે છે. ગરબામાં ક્યાં જાવ છો?"

"તમારી ભુલ થાય છે. હું ગરબા બરબામા જતો જ નથી."

"કેમ, હજુ યે બીક લાગે છે?"

(મારી પહેલી ભૂલ... મેં પુછ્યું..)

"બીક? બીક શેની?"

"દલપતની જ સ્તો."

"દલપત કોણ?"

"અરે વાહ! એય મારે યાદ કરાવવું પડશે?"

"તમને પેલું ભુલાઈ જાય તેવું; શું કે'વાય? એનીમેસીયા જેવું થયું લાગે છે. "

(મારાથી નહીં રહેવાયું...મારી બીજી ભૂલ..)

એનીમેસીયા નહીં એમનિઝિયા.

હા હવે આયાને ખરા પાટે! મારા ભ'ઈ કોઈ સારા ડાકતરને બતાવો.

(મને મુરખને કુબુદ્ધિ સૂઝી...મારી ત્રીજી ભૂલ)

"હા, તો દલપત નું શું?"

"આખા ગોમને યાદ છે. મારે મોઢે પાછું સાંભળવું છે એમને?"

"હું તો જરાયે ભુલ્યો નથી. તમે માઈક પરથી ગરબો ગવડાવતા હતા."

"હું ....ગરબો?... ગરબો અને હું? ભાઈ તમારી ભૂલ થાય છે...હું કરસન..."

"હા, હા. કરસનભાઈ ગરબો. ...તમે નથણી ખોવાણી...નથણી ખોવાણી

પ્રવીણ શાસ્ત્રીની હળવી ફુલકી વાર્તાઓ

ગાતા'તા. અને તમારી ભાભી, મારી નાથી, નાચતી નાચતી ગાતી કહેતી હતી કે હું અહી છું...અહીં છું. ખોવાઈ નથી.. યાદ છેને? ગરબો રંગે ચડ્યો તો. પેલા દલપતે તમારી ભાભીની છેડછાડ કરીતી. આપણી તો હિમ્મત નહીં. અરે, કોઈનીજ "હિમ્મત નહીં. બોલો મેં શું કહ્યું?"

(મારી ચોથી ભૂલ)

"કોઈની જ હિંમત નહિં."

"અરે તમે શું બોલ્યા? તમે તો માઈક પછાડીને સ્ટેઇજ પરથી કુદયા. દલપતને બોચીમાંથી પકડીને ભોંય પર ધૂળ ચાટતો કર્યો. પછી તો ઢિસુમ ઢિસુમ,.... ઢિસુમ ઢિસુમ,..... ઢિસુમ ઢિસુમ.... ફિલમનો હિરો શું મારતો હતો? તમે તો ખરી કીધી. તમેતો એને ઢીબીને છાણના પોદડા જેવો ઢીલો ઢબ કરી નાંખ્યો'તો. ગોમના બધા બૈરા તમારી પાછળ ગોંડા થયા તા."

"ત્યારથી જ મારી નાથીએ તો કપડાના કબાટના ડાબા બારણા પર તમારો ફોટો અને જમણા બારણા પર સલમાન ખાનનો ફોટો લગાવ્યો છે. પણ દાદુ! કે'વું પડે! તમારી આગળ સલમાન બલમાનનો કોઈ ક્લાસ નઈ..... મેં શું કહ્યું? બોલો બોલો શું કઉં છું... અરે શરમાઓ નહી..... કઉં છુ... તમારી આગળ સલમાનનો કોઈ ક્લાસ નઈ"

"પણ ભૈ, એમાજતો તમારી પનોતી બેઠીને! કરસનભાઈ,.. તમારી હની તમને મુકીને નાસી દઈને!"

હું કરશન નથી..... હું તમને ઓળખતો નથી.

(મારા એ શબ્દો હવામાં ઓગળી ગયા.)

તમે અકળાશો નહીં. હું તમને યાદ કરાવીશ. ચાલો આપણે સામેની હોટલમા બેસી ખાતા ખાતા વાતો કરીયે. ને જુઓ, ગયા વખતે બોમ્બે પેલેસમા તમેજ બીલ આપ્યું'તું. આ વખતે મારો વારો. જરાયે હા ના કરવાની નથી. તમારા સમ.

(મારી છેલ્લી મહાન ભૂલ. તેઓ મને હાથ પકડી રેસ્ટ્રોરાન્ટમા ખેંચી ગયા. હું પરવશ થઈને ખેંચાયો. એણે તાંદુરી મોગલાઈ ડિસનો ઓર્ડ આપ્યો)

અરે, ભ'ઈ પૈસા સામુ નહીં જોતા. મંગાવો..મંગાવો...

મેં માત્ર કૉફી મંગાવી. એઓ શ્રી મુંગા મુંગા ઝાપટતા રહ્યા. થોડી થોડી વારે કાચની બારી તરફ જોતા જોતા ડિસીસ પુરી કરતા રહ્યા. છેલ્લે ડિઝર્ટ અને કોફી... ડોગી બેગ અને બિલ...

એઓ એકદમ ઉભા થયા.

અરે! કરસનભાઈ તો એ ચાલ્યા. આટલા વખતથી બોલું છું પણ ભસ્તા નથી કે હું કરસનભાઈ નથી.

એ મારી છત્રી લઈને બહાર દોડ્યા. અદૃશ્ય થઈ ગયા.

બહાર ધોધમાર ઝાપટું વરસી રહ્યું હતું. હું છત્રી વગર બેસી રહ્યો અને સુડતાલીસ ડોલર અને પંચોતેર સેંટના બિલ સામુ તાકતો રહ્યો.

૧૫ "નો ટાઈટલ"

આ કંઈ કોઈ સાહિત્યકારની નવલિકા થોડી છે કે એને ટાઈટલ જોઈએ. આ ક્યાં વાર્તા છે? આતો અમારા ખાસ દોસ્તની વાત જ છે એટલે નો મથાળું અને નો શિર્ષક.

માત્ર અમારી વાતો જ. અમારી હલ્લાગુલ્લા ક્લબ એટલે ક્લબ જેવું કઈ જ નહિ, પણ ખરેખર તો પ્યોર ગપ્પા મંડળ. સાત આઠ સંસારી અને કારકુનીયા કારકીર્દીવાળા સુખી સંતોષી કપલ્સનું, સાંજનુ નવરા મંડળ. કોઈવાર મહિનામાં બે ત્રણ વાર મળીયે તો કોઈવાર વીકમાં ત્રણ ચાર વાર પણ ભેગા થઈ જઈએ.

અમે બધા, થર્ટી પ્લસ ઓર માઈનસ ફાઈવ ઉમ્મરના, પ્રેમ કરીને પરણેલા કે માત્ર પાંચ દસ મિનિટના ફાલતુ ઈન્ટરવ્યુ પછી પરણી ગયેલા અને પરાણે પ્રેમ કરતાં થઈ ગયેલા દંપતિઓ. કોઈ બાબો બેબી થાય એની બાધા માનીને ટ્રાય મારતા હોય તો કોઈના ખોળામાં એક અને એકાદ ઘર બહાર સચીન તાંડુલકર બનવાની કોશીશ કરતો ટેણીયો પણ હોય. જોકે અમારા વડીલ મિત્ર મનોરંજનકુમાર અને રંજનાકુમારીની વાત અલગ. એમના સાત વર્ષના લગ્નઇવનમાં ચાર બાબાઓ ઘરમાં રમકડાઓ માટે મારા મારી કરે છે. એ પ્રાર્થના કરતાં હતા કે ભગવાન અમારી સામુ જોઈને ચાર ભાઈને એક રાખડી બાંધનાર બહેન આપે તો સારું. બાધા પણ માની હતી. અત્યારે એમના સારા દિવસો તો બધા જ જોઈ શકે છે.

જ્યારે એકાદ બે કપલ ગેરહાજર હોય ત્યારે પેટભરીને અમે એમની જ ખોદી લઈએ. અમારી વાતોનો વિષય...ઓપન. ટેણકાઓને એક રૂમમાં ટીવી સામે બેસાડીને જાત જાતની વાતોના વડા કરીએ. હા હા જાત જાતના જોક્સ પણ ઠોકીયે. બધા જ એડલ્ટ; એટલે એડલ્ટ વાતો પણ થાય જ. મસ્ત લાઈફની મસ્તીથી અમે સૌ સુખી જીવન માણીયે છીએ. એમાં એક અપવાદ....

નાનપણથી અમારી સાથે સ્કુલમાં ભણેલો; અને બત્રીસીમાં પણ કુવારો રહી ગયેલો બિરેન બ્રહ્મભટ્ટ.

આજે તો એને કોઈપણ બિરેનને નામે ઓળખે નહીં. એનું જગજાહેર નામ બાબલોબાઠો.

બાઠો શબ્દ તમને ગુજરાતી લેક્ષિકોનમાં ન મળે પણ બાઠો એટલે ...બટકો. અને બટકો હોય એ બાબો જ કહેવાય. લેક્ષિકોન વાળા તો બધા મૂળ કાઠીયાવાડીઓ. આપણા સીધા સાદા શબ્દોને પણ ગંદા ગોજ્જા ગણી કાઢે. એમનો ભરોસો નહીં. પાછા જડસુ પણ ખરા, એ લોકો માને તે જ સાચું. તો આ બાઠો શબ્દ શબ્દકોશમાં શોધવા ના જતાં. અમારો અર્થ બાઠો એટલે નીચો, બાઠો એટલે બટકો. અર્થનો અનર્થ ના કરતાં બાઠો એટલે પીટીટ કરતાં નીચો અને કદાચ મીજીટ કરતાં સહેજ ઊંચો. આ વાત છે અમારા દોસ્ત બાબલા બાઠાની.

અમારી વાઈફો બાબલાભૈ કહે. (અમે કાંઈ સાહિત્ય સભાવાળા નૈ. અમારાથી તો બહુવચનમાં વાઈફો બોલાય). બાબલાભૈએ જરા ઉંચી એડીના બુટ પહેરેલા હોય તો એની ઉંચાઈ ચાર ફૂટ અગ્યાર ઇંચની થાય. બરાબર ૧૫૦ સેન્ટીમિટર. ખુરસી હોય કે સોફો, એના પગ

લટકતા જ રહે. પલાંઠી લગાવીને બેસી જાય.

આ અમારો બાબલો ખુબ જ મોજીલો માણસ. મોટે ભાગે બટકા કે જાડા માણસો મોજીલા જ હોય. બાબલો બાઠો સામાન્ય વાત કરે તો પણ હસવું આવે. ગોરો ગોરો, ગોળમટોળ ચહેરો. માથામાં તેલ નાંખવાની ફેશન તો વર્ષોથી બંધ થઈ ગયેલી પણ એ તો સુગંધીદાર હેરઓઈલથી વાળ ચીપકેલા જ રાખે.

બ્રહ્માંનંદ સોસાઈટીમાં એમનું ઘર. બિરેનબાબલાની બરાબર સામેના ઘરમાં એક સમવયસ્ક છોકરી રહે. એનું નામ લતા. બન્ને વચ્ચે સરસ ફ્રેન્ડશીપ. પાછા એક જ જ્ઞાતિના.સાથે હસતાં રમતાં, અને લડતાં ઝઘડતાં મોટાં થયેલાં. બન્નેની મધરો એમ ઈચ્છે કે છોકરાં મોટા થાય એટલે ગોઠવી દઈએ. શોધવા જવાની તકલીફ નહીં.

પણ એક પ્રોબ્લેમ ઉભો થતો ગયો. બાબલાભૈએ લાંબા થવાની ના પાડી અને લતુડી લાંબીને લાંબી થતી ચાલી. બાબલાભૈએ સ્કુટર તો લીધેલું પણ નીચે પગ પહોંચે નહીં અને આપણી લતુડી તો હોન્ડા હિરો પણ ધમધમાટ દોડાવે. કોલેજ જાય ત્યારે લતુડી એને કહે પાછળ બેસી જા. જેમ તેમ કુદકો મારીને પાછળ બેસી જાય. કોલેજ આવતાં પહેલાં નીચે ઉતરીને ચાલવા માંડે. લતા તો "આઈ ડોન્ટ માઈન્ડ કે આઈ ડોન્ટ કેર વાળી પણ બિરેનબાબલો શરમાય.

હવે બીજો પ્રોબ્લેમ એ ઉભો થયો કે બાબલાભૈના ફાધર જરા વહેલા ઉપડી ગયા એટલે અમારા મુકરી સાહેબ ને કોલેજ પડતી મૂકી મામાએ બતાવેલા કેટરિંગના ધંધામાં લાગી જવું પડેલું. ભણવાનું અને ઉંચાઈનું વધવાનું બંધ થયેલું એટલે બન્ને મધરોની એક

બીજાની વેવાણ બનવાની આકાંક્ષા અધુરી જ રહેવા પામેલી. લતુડી એમ.એ. પીએચડી થઈ કોલેજમાં પ્રોફેસર થઈ ગઈ અને એક લાંબા કાઠીયાવાડી એન્જીનીયર સાથે પરણીને ભાવનગર ચાલી ગઈ.

સાથે મોટી થયેલી છોકરી નજર સામે પરણીને સાસરે જાય ત્યારે રડુ તો આવે જ. અને બાબલો રડેલો પણ ખરો. અને તે વખતે ખાનગીમાં લતાએ એને કહેલું પણ ખરું કે જો બાબલા, તું થોડો લાંબો હોત અને હું જો થોડી ટૂંકી હોત તો આજે આપણે બન્ને રડવાને બદલે હસતાં હોત. તું કોઈ બટકી શોધીને પરણી જજે.

લતા પરણીને ભાવનગર પહોંચી ગઈ પછી. બાબલાએ એના બિઝનેશમાં ધ્યાન પોરવ્યું. ખરેખર તો એને જાતે ચા બનાવતાં પણ ન આવડે પણ રસોઈની સૂઝ, માલસામાનની ખરીદીની આવડત, રસોઈ કારીગરો અને મજુરોની ઓળખ ભારે એટલે ધંધો સરસ જામી ગયો. બાબલાબાઠાનું કેટરિંગ એટલે જોવાનું મળે જ નહીં. ક્લાસ વન ક્વોલિટી, એન્ડ પ્લેન્ટી ઓફ ક્વોન્ટીટી.

કેટરિંગના બીજે દિવસે એનો ફોન આવે, મારા વ્હાલા દુકાળીયા દોસ્તો કાલે ક્યાં ભેગા થવાના છો.

બસ એડ્રેસ નક્કી થાય એટલે અમે ત્યાં પહોંચીએ તે પહેલાં બાબાભૈનું વાન લેફ્ટ ઓવર કેટરિંગ સાથે આવી ગયેલું જ હોય. નો વંડર અમારી વાઈફોને બાબલોભૈ અમારા કરતાં કેમ વધારે વ્હાલો લાગે.

એ લગ્ન પાર્ટીઓમાં બે પાંદડે થયો. સ્કુટર કે બાઈકને બદલે, કાર,

પ્રવીણ શાસ્ત્રીની હલકી ફુલકી વાર્તાઓ

ટેમ્પા અને વાનવાળો થયો. લગ્નની વાત આવે તો કહે. નોટ ઇન્ટરેસ્ટેડ. લતાની વાત આવે ત્યારે ગળગળો થઈ જાય. પૂછીએ તો કહે કે યાર લવ બવ તો કંઈ નઈ પણ દોસ્ત એટલે દોસ્ત. દોસ્તી ખાતર લાંબીતો લાંબી પરણવું એ પડે! લતુડીને ફાવવું જોઈએ. આપણે તો ફ્લેક્સીબલ. ફવડાવી લઈએ. પણ એનું નસીબ સારું કે એને લંબુસ મળી ગયો. કોઈ ન મળ્યો હોત તો ફ્રેન્ડશીપ ખાતર પણ લતુડીને પરણવું પડતે.

એક દિવસ એણે આવી ને જાહેર કર્યું લતા ભાવનગરથી પાછી આવી ગઈ.

ત્યાર પછીના ચાર પાંચ મહિના, એ ભાઈનું આવવાનું ઓછું થઈ ગયું. મોટે ભાગે દસ-પંદર દિવસે એનો ડ્રાઈવર આવીને સરસ વાનગીઓની ટ્રે આપી જાય. અમે માણીયે અને યાદ કરીએ પણ એની વાનગીઓ સાથે એની વાતોની જે મજા મળતી તે તો ના જ મળે. એને અમે ખૂબ મીસ કરતાં. અમારી વાઈફો એના ગુંણગાન ગાય ત્યારે અમને જેલસી પણ થતી.

પણ આજે એ બાબલા ભૈ અમારી હલ્લા ગુલ્લા ક્લબમાં અનએનાઉન્સ, વિધાઉટ ફૂડ ટ્રે, આવી પહોંચ્યા. બાબલાનો ગોળ મટોળ ચહેરો કન્ફ્યુઝડ લાગતો હતો. સોફા પર પલાંઠી લગાવી ને આંખ બંધ કરીને બેસી ગયા. અમને ચિંતા થઈ કે કંઈ મોટો પ્રોબ્લેમ થયો લાગે છે.

બાબલા આર યુ ઓલ રાઈટ? ક્યા હૂઆ?

નથ્થીંગ. આ લતુડી પાછી આવી તે પ્રોબ્લેમ.

કેમ શું થયું?

અરે યાર વાત જ જવાદો ને! લતા ભણેલી-ગણેલી. તમે તો જાણો છો કે મારી બધી ભાભીઓ કરતાં વેરી વેરી સ્માર્ટ. પીએચડી ડોક્ટર ને કોલેજ પ્રોફેસર. પણ કાઠીયાવાડી બામણો હજુ સૂધર્યા નથી.. આવી સ્માર્ટ છોકરીને એની સાસુ કહે કે "અમારા કુટુંબમાં કોઈ બૈરાં નોકરી ના કરે. ઘરમાં જ રહેવાનું. માટીડાઓ સાથે નોકરી કરે એ અમને ના ફાવે. ફાટેલા જીન્સ લેંઘા ના પેરવાના. સાડલો પેરીને મોટેરાની લાજ કાઢવાની. મારો દીકરો જેટલું કમાય તેમાં ખાવાનું. વધારે મોજ શોખ કરવા હોય તો બાપને ત્યાંથી લઈ આવવાનું.

તારી ભલી થાય. લંબુસ સાલો એની જાતને બચ્ચન સમજ તો હોય. સાલો એન્જીનિયર શાનો? સસ્તો પીડબ્લ્યુડીનો મજુરીઓ. એક જ ક્વોલિફિકેશન. લતા કરતા હો લાંબો ખેંચાયલો. જૂનવાણી ભાવનગરીયા સાસુજી ફરમાન કરતી કે સસરા અને જેઠની લાજ કાઢવાની. બિચારી લતા ત્રાસી ગઈ. પાછળથી ખબર પડી કે એનો મુછાળો માટિડો માટી વગરનો, લપ્પુક હતો.

મારી લતા સાસુના માથા પર સોસપેન ઠોકીને પાછી આવી ગઈ. ભાભીઓ તમેજ કહો, તમે શું કરો? બસ હમણાં જ બિચારીના ડિવોર્સનું પતાવ્યું. ખૂબ માથાફૂટ કરવી પડી. આતો મારા બિઝનેસ કનેક્શનને લીધે મારી વકીલ મેજીસ્ટ્રેટની ઓળખાણ એટલે ટાઈમસર બિચારીના ડિવોર્સનું પતી ગયું.

હવે લતા કહે કે આપણે મેરેજ કરી નાંખીયે. પણ આવું થાય? આપણે લગ્નનો એક્સપીરીયન્સ નહીં એટલે ગભરામણ થાય. લતાને તો અનુભવ એટલે એ તો વગર વિચારે કહી દે કે મેરેજ કરી દઈએ. પણ આવું સારું લાગે? ના બોલો હવે મારે શું કરવું? લતા પીએચડી ને હું ઓન્લી ફર્સ્ટ યર પાસ. માય ફ્રેન્ડસ, પ્લિઝ તમે મને સલાહ આપો; મારે હવે કરવું શું?

અરે દોસ્ત પરણી જા ને! કોણ તમારા સર્ટિફિકેટ જોવા નવરું છે.

પણ... પણ

પણ શું?

એ લતુડી પાંચ ફૂટ દસ ઈંચ લાંબી અને હું અઠ્ઠાવન ઈંચીયો. આવું શોભે ખરું? શરમ ના લાગે? મને તો બહુ શરમ લાગે. બોલો મારે શું કરવું?

શરમાવા જેવું તો ખરું જ. સાથે ઉભા રહીને ફુલ સાઈઝ મિરરમાં જોઈએ તો ડિપ્રેશન આવી જાય. અમિતાભ રેખાને છોડી બટકી સાથે ભેરવાઈ ગયો હશે. પણ ગાલ પર તમાચો મારીને બિચારો ફર્યા કરે. જો લાંબા મરદની આ હાલત હોય; તો વામનજીએ તો ખૂબ વિચારવું પડે. લગ્નમાં તો ઉંચાઈ સરખે સરખી જ હોવી જોઈએ.

અમારા બીગ માઉથ, નખ્ખોદિયા નટુએ ડિપ્રેશ કરી નાંખે એવું સ્ટેટમેન્ટ આપ્યું. પણ એની નખરાળી હેવીવેઈટ નંદીનીએ બાજી સંભાળી લીધી. બાબલા ભૈની બાજુમાં બેસી ગઈ અને નટલાને ચોખ્ખું ને ચટ્ટ સંભળાવી દીધુ. ‘મારી સાથે તારા કરતાં તો બાબાભૈ

વધારે સારા શોભે છે.'

જ્યાં શોભવાની વાત આવે ત્યાં અમારા ઓપિનિયનમાં ભાગલા પડી ગયા.

અમારા દોસ્ત ચીમનની ચતુરાણીને અમે ગુગલાણી કહીએ. એની દરેક વાત મોટે ભાગે એ રીતે શરૂ થાય કે "એઝ પર ગુગલ" પછી મનમાં આવે તે ઠોક્યા કરે.

એણે શરૂ કર્યું, 'એઝ પર ગુગલ રોબર્ટ વાડ્રા કરતાં પ્રિયંકા લાંબી, સચિન તેન્ડુલકર કરતાં અંજલી લાંબી. નિકોલ કીડમેન કરતાં કૈઇથ ઉરબન બટકો. ટોમ ક્રુઝ કરતાં કેઇટી હોમ્સ લાંબી, કાર્લા કરતાં ફ્રાન્સનો પ્રેસીડન્ટ એનો વર નિકોલસ સાર્કોઝી બટાકો. આવાતો પચાસ ગુગલી બોલ ફેંકી શકું. બાબાભૈ તમ તમારે થવાદો. બાબાભૈ, આ તમારા ફ્રેન્ડ ચીમનભાઈ કરતાં પહેલાં જો તમે મને મળ્યા હોત તો ચીમન ચોકસી અટવાઈ ગયા હોત. લાંબા લતાજી સાથે તમારી મજાની જોડી જામશે. જો લતાને વાંધો ના હોય ઊંચા ઘોડા પર લેડર લઈને ચઢી જાવ. અમે ગીતો ગાઈને પીઠી ચોળવા આવી રહીશું. છપાવો કંકોત્રી.

અમે ચોક્કસ સારા લાગીશું? તમે મશ્કરી ના કરોને. બાબલો જાણે કરગરતો અમારી એપ્રુવલ માંગતો હતો.

અમારે એને સપોર્ટ કરવા કહેવું પડ્યું. હા, હા, સરસ લાગશે. થવા દે. કંકોત્રી છપાવી દે.કંઈ પણ કામકાજ હોય તો કહેજે, અમે તારી સાથે જ છીએ. લગ્ન પછી પણ સલાહ કે કાઉન્સલિંગની જરૂર હોય તો

શરમાતો નહીં.

એણે ધીમે રહીને કંકોત્રીનું બંડલ કાઢ્યું. છપાવીને જ લાવ્યો છું. એ જ આપવા આવ્યો છું. આતો મારે તમારો ઓપિનિયન જ લેવો હતો. કંકોત્રી તો છપાવવી જ પડે એમ હતી. જરા સાલી મિસ્ટેક થઈ ગઈ. લતુડીએ જે ધ્યાન રાખવું જોઈએ તે ધ્યાન ન રાખ્યું. છ મહિના પછી તમારો દોસ્ત આ બાઠો બાબલો લાંબી લતુડીની મિસ્ટેકને કારણે બાબા કે બેબીનો બાપ બનવાનો છે. એમ કાંઈ હાથ ખંખેરી થોડા દેવાય? ફ્રેન્ડશીપ એટલે ફ્રેન્ડશીપ. લગન તો કરવા જ પડે. પરમ દિવસે ન્યુ હેવન બેન્ક્વેટ હોલ પર સૌ વેડિંગમાં આવી રહેજો. હું ઉતાવળમાં છું.

બાબો અમારા નામની કંકોત્રીની થપ્પી મૂકીને ભાગ્યો.

અમે બધા બાબાના આ "કંકોત્રી તો છપાવવી જ પડે" ના એડવેન્ચરની વાત મોં પહોળું કરીને વિચારતા રહ્યા. આ બટાકો તો જબરો નીકળ્યો. લગ્ન પહેલાં જ.....ને પાછો કહે કે લતુડીની મિસ્ટેક..... અમારા બધાની વાઈફોએ વેડિંગ ગિફ્ટની સાથે જ ઝભલા ટોપી પણ આપવાનું નક્કી કરી દીધું. અમે તમને ના કહેવાય એવી લાંબી-ટૂંકાના શારીરિક સ્નેહ જીવનની અભદ્ર કલ્પનાની વાતો કરતાં રહ્યા. જો કે મારી વાઈફે તો કહ્યું બાબલાભૈ કેટલા ભલા માણસ! દોસ્તીને ખાતર બિચારા લાંબી લતુડીને પણ પરણવા તૈયાર થયા. હવે તમને કહેલી આજ વાતને મારે વાર્તા તરીકે ખપાવવી હોય તો શિર્ષક તો આપવું પડે

"બાઠો બાબલો અને લાંબી લતુડી" ટાયટલ ચાલે?

૧૬ સાહિત્ય સન્યાસ - લખવાનું બંધ.

...અને પ્રોફેસર કાલિદાસ જાદવ સાહેબે મને સ્પષ્ટ શબ્દોમાં કહી દીધું. 'તમે લખવાનું બંધ કરી વાંચવાનું શરૂ કરો. તમારા સબ્જેક્ટ ઠેકાણા નથી. ભાષા જોડણી બધું જ ઢંગધડા વગરનું છે.'

'તો સાહેબ મારે શું કરવું?'

વાંચો.. ખૂબ વાંચો. ગમ્મે તે વાંચો..જોઈએ તો પેપરમાં તમારું દૈનિક ભવિષ્ય વાંચો. હવામાનનો વર્તારો વાંચો. કંઈ પણ વાંચો. પણ કૃપા કરીને લખવાનું બંધ કરો.

પ્રોફેસર કાલિદાસ સાહેબ, મારા ખાસ મિત્ર ચન્દુભાઈ ચાવાલાના એક સમયના પાડોસી. પ્રોફેસર સાહેબ ઈન્ડિયાની કોઈ કોલેજમાં સંસ્કૃતના પ્રોફેસર હતા. મેં જ્યારે લખવા માંડ્યું ત્યારે એમણે ઔપચારિક વખાણ કર્યાં હતાં. મેં તો સાચું માની લીધું. મેં એમને એક લેખ અભિપ્રાય માટે મોકલ્યો. એમના સુચવ્યા પ્રમાણે મારા લેખને નવી હેરસ્ટાઈલ, ફેસીયલ, વેક્ષિંગ કરી દીધું...શાકુંતલના થોડા શ્લોક અને સંસ્કૃત ક્વોટ .લટકાવી દીધા. 'એ' લેવલનો લેખ બન્યો. ભલ ભલા પથ્થર દિલનો ખડુસ પણ રડવા લાગે એવો કરુણ લેખ બન્યો. વાંચ્યા જ કરે. વાંચીને રડ્યા જ કરે. લેખ એટલે લેખ. ફિલમ બને તો મિનાકુમારીનો રોલ પાક્કો.

પ્રોફેસર સાહેબે આંગળી આપી. મેં તો એનું માત્ર પહોંચું જ નહિ પણ બાવડું જ પકડ્યું. એમને બીજો લેખ રિનોવેશન માટે મોકલ્યો. એમણે

ફોન કરીને સ્પષ્ટ શબ્દોમાં કહી દીધું. ' પ્લીઝ શાસ્ત્રી તમે લખવાનું બંધ કરી વાંચવાનું શરૂ કરો. વાચક પર નહિ તો યે મારા પરતો કૃપા થશે જ. મહાભારત વાંચો, શાકુંતલ વાંચો, મેઘદૂત વાંચો. પ્રેમચન્દજી ને વાંચો. સાહિત્ય શું કહેવાય એનું ભાન થશે. શેક્સપિયર વાંચો, કાલિદાસ વાંચો, ગુજરાતી સિવાયની કોઈ પણ ભાષાના પુસ્તકો વાંચો, ડિયર એબીની કે સોક્રેટીસજીની સલાહો વાંચો. હવે તો નવરા લેખકો અને સાહિત્યકારો પણ સલાહો આપે છે કેમ વાર્તા લખાય, કેમ શરુઆત કરવી, કેવો અંત લાવવો. તમને ઘણું શીખવાનું મળશે કે શું લખવું, કેવું લખવું. શું ન લખવું, શાને માટે લખવું, કોને માટે લખવું, કયા છાપામાં મોકલવું, કયા મેગેઝિનમાં મોકલવું, કોણ છાપશે, કોણ વાંચશે. ઘણું શીખવાનું મળશે. શીખ્યા પછી તમને સમજાશે કે ન લખવામાં જ સાર છે. બસ વાંચો.

મેં કહ્યું મહાભારત તો અમારા ઘરમાં યે થાય. રોજની જ રામાયણ છે. કુટુંબ ક્લેશની વાતો એ એકતા કપુરના રસની વાત છે.એમાં મને રસ નથી.

તમે શાકુંતલ વાંચ્યું છે? મેઘદૂત વાંચ્યું છે? અરે કુમારસંભવ શું છે તે જાણ્યું છે? તમે ગીતાંજલી વાંચી છે? ચેતન ભગતને ઓળખો છો? લેખક થવા નિકળ્યા છો!

પ્લીઝ, પ્લીઝ, શાસ્ત્રી, સ્ટોપ રાઈટિંગ એન્ડ સ્ટાર્ટ રીડિંગ.

અમારા બાબુલાલ માસ્તર કહે કે તમારા જેવા ફાલતુ લેખકોએ જ આપણી શુધ્ધ માતૃભાષાને વટલાવી છે. વર્ણશંકર ભાષાને બદલે

અમેરિકામાં છો તો અંગ્રેજીમાં જ લખોને. ગુજરાતી સાહિત્ય ઉપરનો અત્યાચાર તો અટકશે!

હવે તમે જ કહો કે ચાળીસ વરસથી અહિ અમેરિકામાં ઠોકાણો છું પણ આપણું બ્રીટિશ પણ ખુબ કાચું; અમે તો કેમિસ્ટ્રીમાં ચાર જ લેટર શિખેલા; C,H.O અને N થી જ કોલેજ તરી ગયેલા. પણ આવું કાંઈ સંસ્કૃત સાહિત્યના પ્રોફેસર સાહેબને કહેવાય? ઈજ્જત કા સવાલ હૈ. જો કે મારા ગુજરાતી લખાણમાં, હું ધરખમ પ્લેન્ટી ઓફ ઈંગ્લીસ વર્ડ્સ પધરાવતો હતો. પણ આખા ચાર વાક્યો લખવા વાંચવાનાંતો ફાંફાજ. પ્રોફેસર સાહેબે તો સંસ્કૃત અને અંગેજી વાંચવાની જ સલાહ આપી.

વંચાય નહિ તો લખાય કેવી રીતે?

મારા શ્રીમતિજીનું પણ સૂચન થયુ; હવે રાત્રે બે વાગ્યે તારે માટે કૉફી મૂકતા કંટાળી છું. તું તો નફ્ફટ છે પંણ કોઈ તારા વખાણ કરે તો યે મારે મોઢું સંતાડવું પડે છે. બે ત્રણ ભદ્ર મિત્રો એ પણ નોટિસ ફટકારી; હવે પછીની એક પણ વાર્તામાં સેક્સ આવશે તો અમે તમારી એક પણ વાર્તા વાંચીશું નહીં.

બધી સલાહ અને ખૂલ્મખૂલ્લી ધમકીથી લાચાર થઈને સફેદ વાવટો ફરકાવીને ‘મિત્રં શરણં ગચ્છામિ’ કર્યું. મેં છેવટે લખવાનું બંધ કર્યું.

એક દિવસ મારા હિતેચ્છુ, મારા સુરતી મિત્ર ચન્દુ ચાવાલાએ મને પૂછ્યું, 'સાસટ્રી હમના હમના પેપરમાં ટારા કોઈ આર્ટિકલ ડેખાટા નઠી. વોટ હેપન? કોઈ છાપટુ નઠી? . ડોસ્ટ ટને ખોટુ લાગહે પન હાચ્ચી

સલ્લાહ આપું. ટુ બઢ્ઢી મીનાકુમારીની રોટલ વાર્ટાઓમાં સેક્સ ચિટરે છે. થોરુ થોરુ વિડિયા બાલમ ને મહેશ ભટ્ટ વારી સન્ની લિયોન જેવી ને ચમકાવ્ટી વારટા લખહે ટો ટુ જલ્ડી ફેમસ ઓઠર ઠઈ જહે.'

. 'ચન્દુભાઈ, મેં લખવાનું જ બંધ કર્યું છે. તમારા પાડોસી પ્રોફેસરની પણ એ જ સલાહ છે. હમણાં તો વાંચવા માટે ગરાજ સેલમાંથી ચોપડી શોધું છું.'

'જો ડોસ્ટ મારા વેડિયા પાડોસી પ્રોફેસરને માર ગોલી. એ ટો ગુજરાટી વાંચટો જ નઠી. તુ ટારે લઈખા કર. ટુ લખવાવારો લેખક છે; વાચવાવારો વાચક કે વિચારક નઠી. જે બઉ વાચ વાચ કરે એના ભેજામાં બીજાનો કચરો ગૂસી જાય. પોટાનુ મૌલિક ટો કંઈ રે જ નઈ. બીજાની સ્ટાઈલ ને લેન્ગ્વેજમાં લખટા ઠઈ જાય. મેં પેલા લલ્લુને પન એડવાઈઝ આપી છે.

'લખવું છે, પણ દોસ્તોની વાઈફો (વાઈવ્ઝ્ લખવું પડે?) ખીજાય એવું નથી લખવું. કંઈ સારો આઈડિયા જ નથી આવતો.'

'જો ટને આઈડિયા જોઈટો હોય ટો ડોસલાઓની સિનીયર ડે કેરની મુલાકાટ લે. મંડિરમાં જા. મોડીની મિટિંગમાં જા. ડોસાઓની બાકડા પરિષડમાં આવ્વા માન્ડ. ઈન્ડિયન શાક માર્કેટમાં જા. ટાં બી ટારો ડારો નઈ વરે ટો હું ટો બેઠેલો જ છું. ટને ગન્ના પોઈન્ટ્સ આપીશ. ટારી વાર્તાની નીચે લખવાનું 'કઠા બીજ ચન્દ્રકાન્ટ ચાવાલા'.

ચન્દુભાઈની સલાહને કારણે પ્રેરણા માટે નહિ પણ શ્રીમતિજીના

હુકમને કારણે જખ મારીને, હું ભીંડા લેવા ઈન્ડિયન માર્કેટમાં ગયો. આ જ દુકાનમાં ભિંડામાંથી સાપ નિકળ્યો હતો અને એક બહેનનું મૃત્યું થયું હતું. મને કોઈ મહાન સાહિત્યકારતો ન મળ્યા પણ હું ભીંડા વણતો હતો ત્યાં અમારા ભૂતકાળના બૉસ અને વડીલમિત્ર પાઠક સાહેબના મિસિસ, અમારા ગામભાભી, કાંતાભાભી મળ્યા. સાથે એનો પૌત્ર ટેણકો હતો.

ભાભીએ મને કહ્યું 'શાસ્ત્રીભાઈ, તમે લખવાનું બંધ કર્યું એ બઉ સારું કર્યું. મને શાંતી થઈ.'

'કેમ?' મારો એકાક્ષરી પ્રશ્ન.

'કેમ શું?..... તમારા સાહેબ કહેતા હતા કે તમે બૌ સારુ લખો છો.'

'એ તો મારે માટે ગૌરવની વાત કહેવાય. એટલિસ્ટ કોઈકને તો મારી વાર્તા ગમી. સાહેબને મારા થેન્કસ કહેજો.'

'કપાળ ગૌરવ. તામારા સાહેબને જે ચોપડા ગમતા હોય તે મારે મેટ્રેસની નીચે સંતાડવા પડે. આ કિકલો વાંચે તો કેવા ખરાબ સંસ્કાર પડે! તમારા સાહેબ પંચોતેરની ઉપરના થયા, સન્યાસી થવાની ઉમ્મર થઈ તોયે "એસ.ઈ.એક્ષ" વાળુ વાંચે છે. તમે યે એમને ગમે તેવું ગંદુ જ લખતા હશો. તો જ એ કહેને કે તમે સારું લખો છો.'

'ભાભી...ભાભી...બે વાત. એક તો તમારે માટે ગૌરવની વાત કે તમારા કિકલાનો કિકલો ગુજરાતી વાંચે છે. મારો ચાળીસ પ્લસ વરસનો કિકલો, ગુજરાતી લખવા વાંચવાની વાત તો બાજુ પર, પણ સરખું

ગુજરાતી સમજતોયે નથી.'

હવે બીજી વાત. એ "એસ.ઈ.એક્ષ" તો શરીરશાસ્ત્ર અને બાયોલોજીનો વિષય કહેવાય. ડાક્ટર લેખક હોય તે જ એવું લખી શકે. એમાં આપણું ગજું નહિ.'

'તો તો સારું. હવે તો આપણા ગુજરાતી છાપામાં પણ કેવી બેશરમ વાતો આવે છે!'

'અને ભાભી બીજી વાત., હવે તો મેં લખવાનું બંધ કર્યું છે. કોઈ જાણીતા મહાનુભાવના મસાલેદાર લફરા હોય તો એમાંથી એસ ઈ એક્ષ ફિલટર કરીને કંઈક લખવાની કોશીષ કરું છું. ખોટું હોય તો યે લોકો વાંચે તો ખરાજ.

અમારી વાત ચાલતી હતી ત્યાં એમના ટેણકાએ ભાભીના લુગડાનો છેડો ખેંચતા મોટેથી પુછ્યું, 'ગ્રાન્મા!...ગ્રાન્મા...તમે દાદાઅંકલ સાઠે, એસ ઈ એક્ષ સેક્સની વાતો કલો છોને? ગ્રાન્મા દુ યુ લાઈક સેક્સ્?'

સ્ટોરમાં એકદમ સન્નાટો છવાઈ ગયો. પીન ડ્રોપ સાઈલન્સ. ગ્રોસરી ભરેલા ઓઈલ વગરના, કિચુડ કિચુડ બોલતા અને ફરતા શોપિંગ કાર્ટો એકદમ થંભી ગયા. (મધુભાઈનો સુધારો... કાર્ટો નહીં કાર્ટસ લખો અગર લખવાનું બંધ કરો...બીજો સુધારો વાક્યે વાક્યે ત્રણ ટપકા મારવાનું બંધ કરો)....... કેશ રજીસ્ટરોના ટિડીંગ ટેન્ગ રણકારો બંધ થઈ ગયા. બધા ભાભી અને ટેણકાને તાકી રહ્યા.

બિચારા ટેણકાએ તો સમજ વગર નાદાન સવાલ જ પુછ્યો હતો.

કદાચ એના મગજમાં સેક્સ એ શાકનું નામ પણ હોય. ટેણકો ગ્રાન્ડમાના ઊત્તરની રાહ જોતો ભાભીને તાકતો હતો. માત્ર ટેણકો જ કેમ! શોપર્સ અને કેશિયર્સ પણ જાજરમાન દાદીમાના જવાબની આતુરતાથી રાહ જોતા હતા. એના હાથમાં એક ભીંડુ હતુ.

ભાભીને બદલે મેં કહ્યું. 'જો બેટા, ભીંડામાં હાથ ન નખાય હોં... સાપ કરડે .... ને. .ગ્રાન્માને આવું ન પુછાય. આવું પુછશે ને તો તારા સાત કાકા અને ચાર ફોઈઓ તને ઝપેટી નાંખશે. સમજ્યો?'

એણે થોડો સમય કંઈક ગુંચવાડાથી મારી સામે જોયા કર્યું. આંગળાઓ ગણ્યા. પછી મને કહે 'દાદાઅંકલ, તમે ખોત્તા છો. યુ કાઊન્ત અગેઈન. સુરેશઅંકલ, મહેશઅંકલ, નરેશઅંકલ, પરેશઅંકલ, રમેશઅંકલ, હિતેશઅંકલ, હરેશઅંકલ અને જયેશઅંકલ. કાઊન્ટ, કાઊન્ટ... આઈ હેવ એઈત અંકલ... નોટ સેવન. તમે ખોત્તા છો. આથ અંકલ અને ચાર કુફી.

ભાભી મારા પર ધુરક્યા કે શરમાયા એ કળવું મુશ્કેલ હતું. એમણે દાંત કચકચાવ્યા. 'તમે યે શું નાના છોકરા સાથે માથાકૂટ કરો છો?'

પછી રતૂમડા ચહેરે અને ધીમા અવાજે મને કહ્યું 'તમે તો તમારા સાહેબને ઓળખો... એ તો જુવાનીની વાત. .જુવાનીમાં, હું મનની મોળી અને તમારા સાહેબ વાંહે લાગે...પછી શું થાય? ભગવાને આલ્યા એટલા લીધા.'

'સુખી છીએ. વધારે શું જોઈએ.... ચાલ કિકલા હવે મોડું થાય છે.'

મને કહ્યું, ..'.અને તમે તમારી ટેવ પ્રમાણે આવું કશું મારે માટે લખી નઈ મારતા સમજ્યાને?'

મારે પૂછવું હતું કે ભાભી તેરના અપશુકનિયાળ આંકડાએ કેમ અટકી ગયા? પણ ઘરના બૉસની ધમકી યાદ આવી. હું મૂંગો રહ્યો.

હવે તમેજ કહો મારાથી આવું કાંઈ લખાય ખરું? આને તે વાર્તા કહેવાય? લખું તો કોઈ છાપે ખરું? કદાચ કોઈ છાપે તો પણ કોઈ વાંચે ખરું? મને ખાત્રી છે. તમે તો ન જ વાંચો. અને ન વાંચો તો શા માટે લખીને હાથમાં કાર્પેન ટનલ ધૂસાડવો. આર્થરાઈટિસ તો છે. સાહિત્ય સન્યાસ. બસ લખવાનું બંધ. હા સ્પર્ધામાં મોકલાય. ઈનામની આશા વગર; માત્ર નિર્ણાયકોના આનંદ માટે જ. અરે ફેસબુકીયા મિત્રો પણ વાંચવાનું ટાળે જ. હવે નથી લખવું...નથી જ લખવું; અરે! લખવાનું બંધ એટલે બંધ જ.

૧૭ શાસ્ત્રીની શોકસભા

લલ્લુ લેખક હજુ પણ લમણે હાથ મુકીને ચિંતકની અદામાં બેઠો હતો. લખવા માટેના વિચારોનું ઝાપટું એની ખોપડી પર પડતું અને બ્રેઈનમાં એબશોર્બ થાય તે પહેલાં જ એનું ઈવાપોરેશન થઈ જતું. એણે ચન્દુ ચાવાલાની સુરત યાત્રા વિષે તંત્રીને મસ્કા મારીને છપાવ્યું તો ખરું પણ એના માથા પર વાચક અને વિવેચકોએ સારા જેવાં માછલાં ધોયાં.

‘સુરતી ભાષામાં લખવાનું બંધ કરો. એ અભદ્ર બોલીથી તમે સાહિત્યિક ભાષાને અશુધ્ધ કરી છે.’

‘એય લલ્લુ, ક્યાં તો અંગ્રેજી આવડતું હોય તો અંગ્રેજીમાં લખ કે ગુજરાતીમાં લખ. ગુજરાતી ભાષાના દૂધપાકમાં ચન્દુના સુરતી કાંદા, લસણ અને આદુ-મરચા નો વઘાર કરવાનું બંધ કર. અમારા કર્ણાવતીના સાહિત્યકારોના કાનમાં સુરતી ખીલા ઠોકાય છે..

શર્માજી કહેતા હતા, "લલ્લુ તુમ હિન્દીમે લીખો"

લલ્લુએ મનોમન વિચાર કર્યો કે પ્રગટ કરવા જેવા વિચારો આવે તો સાહિત્યિક ગુજરાતી ભાષામાં જ લખવું .
એને ખાત્રી થઈ ગઈ કે વાચક-વિવેચકોનામાં 'ફની-બૉન' નો હવે અભાવ છે. લલ્લુ લેખકના ભેજામાં લખવા માટેના વિચારોનો અભાવ

હતો. એને સમજ ન્હોતી પડતી કે પાવડે પાવડે પુરસ્કાર અને રોયલ્ટીના ટોપલા ભરતા મેન્યુફેક્ચરીંગ કોમર્સિયલ કોલમિસ્ટો કોની પાસે આઈડિયા લેતા હશે? એટલિસ્ટ ચન્દુ ચાવાલા પાસે તો નહીં જ.

ચન્દુને યાદ કરતાં જ ચન્દુનો ફોન આવ્યો.

'ચન્દુભાઈ તમે ખૂબ જીવવાના છો. તમને યાદ કર્યા અને તમારો ફોન આવ્યો.'

'ટુ જિવ્વાની વ્વાટ કરે છે ને હું તને મરવાની વાટ કે'વાનો છું.'

'લલ્લુ! પેલ્લા ટારી પાસે ટિસ્યુ બોક્ષ લઈને શાંટીથી બેસ ને મારી વાટ સાંભર. ટને એક ખુબ જ આઘાટ જનક, ડુખડ સમાચાર આપ્પાના છે. ટને કડાચ રડુ આવે ટો પેપર ટિસ્યુ કામ લાગહે.

'સમાચાર કહેજો, પણ તમારી ભાષામાં લખવાની જીદ ના કરશો.'

'ના ડીકરા ના,(ચન્દુભાઈ લલ્લુ કરતા ઉમ્મરમાં નાના છે)

'આટો બૌ સિરીયસ વાટ છે ટારે જોઇએ ટો ભડરમ ભદ્ર બામનીયા સંસ્કૃટમાં લખજે. આઈ ડોન્ટ કૅર. પન લખવુ પરે એવા જ સમાચાર છે.'

."બોલો ચન્દુભાઈ શું સમાચાર છે." લલ્લુએ ચન્દુભાઈ પ્રત્યેના વિવેકને ડિવૉર્સ નહોતા આપ્યા

પ્રવીણ શાસ્ત્રી

"ટારો લેખક ફ્રેન્ડ ગીયો?"

"કોણ? ...કોણ?"

"કોન શું, પેલો શાસ્ટરી. આપનો હુરતી પવીન શાસ્ટરી. બચારો સારો માનસ હુતો. ભર જવાનીમાં ઉપરી ગયો. માંડ સિત્તેર પંચોતેરનો ઓહે. કાલે બપ્પોરે બાર વાગ્યે એના ફ્યુનરલમા જવાનુ છે. ગમે ટેમ, પન આપના હુરટનો જ ને! ફ્યુનરલ હોમમાં ઠોરું ટોરુ ટો ભેગુ કર્વુ પરેને! આપને નઈ જઈએ ટો ફ્યુનરલ હૉલ ખાલી ખાલી લાગે. બચારાનું આપના વગર ઓલખે પન કોન? હું અટ્યારેને અટ્યારે જ બદ્ધાને ફોન અને ઈ-મેઇલ કરીને જનાવી ડઉં છું. આપને બઢાએ પોના બાર ને ટકોરે ટાં પોંચી જવાનું છે. અને એના ફ્યુનરલનો ટારે આંખ્યે ડેખ્યો અને કાને સાંભર્યો હેવાલ લખીને છપાવવાનો છે. કાગર પેન્સિલ ને મુવી કેમેરો લેટો આવજે."

લલ્લુએ એ જવાબદારી અને દુઃખદ્ પ્રસંગ વીશે લખવાની તક સહર્ષ સ્વીકારી લીધી.

બીજે દિવસે લેખક લલ્લુ અને અને ચન્દુ ચાવાલા પેન્સિલવેનિયાના ફ્યુનરલહોમ ક્રિમેટોરીમાં પહોંચી ગયા. બહાર શાસ્ત્રીના સાહિત્યકાર મિત્રો**(?)** , સંપાદકો અને તંત્રીઓ તથા એના વાચકો, વિવેચકો, ટિકાકારો અને સમીક્ષકોનું મોટું ટોળું હતું. બધા ચન્દુ ચાવાલાની રાહ જોતાં હતાં. ચન્દુની એન્ટ્રી થતાં જ બધા એના પર તૂટી પડ્યા.

સ્વ. પ્રવીણ શાસ્ત્રીની ફ્યુનરલ સર્વિસ સવારે સાત થી નવ

વાગ્યા સુધી હતી. ક્રિમેશન સાડા નવ વાગ્યે પતી ગયું હતું. સ્વર્ગસ્થનો પરિવાર એમના રહેઠાણ પર પહોંચી ગયો હતો.

ફ્યુનરલ હૉલના કર્મચારીએ માહિતી આપી.

ચન્દુએ ભૂલમાં બધાને બાર વાગ્યાનો સમય આપ્યો હતો. બધા અકળાતા હતા. બધા ચન્દુના માથે માછલાં ધોતાં હતાં..

હવે સ્નેહીઓનો**(?)** બબડાટ શરૂ થયો. શાસ્ત્રી તો આખી જીંદગી ન્યુ જર્સીમાં ખોડાયલો હતો. એના ફેમિલીએ પેન્સિલવેનિયામાં ફ્યુનરલ રાખીને બધાને બસો માઈલનો ગેસ બળાવ્યો.

કોઈકે એનો ખુલાસો કર્યો. 'પૈસા બચાવવા જ આ નાનું ફ્યુનરલ હોમ કમ ક્રિમેટોરી શોધી કાઢ્યું હશે. ન્યુ જર્સી તો મોંઘુ પડે. શાસ્ત્રી પૈસાની બાબતમાં ઘણો ચિકણો હતો. પ્રખર કંજુસો પણ એની પાસે દીક્ષા લેવા આવતા. વિલમાં લખી ગયો હશે. બિચારા ફેમિલીનો શું વાંક.?'

શાસ્ત્રીના બીજા મિત્રએ**(?)** ટાપસી પુરાવી. 'તમારી વાત સો ટકા સાચી છે. મહા કંજુસ! કોઈ પણ સંસ્થામાં જાતે લાઈફ મેમ્બર થવાને બદલે એના પાંચ વરસના ગ્રાન્ડસનને લાઈફ મેમ્બર બનાવતો.

બીજાનો મોંઘો ગેસ બળે તેની ચિંતા નહિ. આતો ચન્દુએ ફોન

કર્યો એટલે આવવું પડ્યું. જીવતા હોય તેની બે આંખની શરમ.'

ડાહ્યાલાલે બધાને સમજાવીને શાંત પાડ્યા. 'ભલે એના અંતિમ સંસ્કારના સાક્ષી થવાનું સદભાગ્ય આપણે નહીં મળ્યું પણ જ્યારે આપણે અહિ ભેગા થયા જ છીએ ત્યારે અહીં જ શાંતીસભા યોજીને જેને એમના વિશે જે કાંઈ કહેવું હોય તે કહીશું. ઠરાવ કરી તેનો સંદેશો એમના કુટુંબીઓને પહોંચાડીશું અને બે મિનિટનું મૌન પાળી છૂટા પડીશું. લલ્લુભાઈ એનો સચિત્ર હેવાલ છાપામાં છપાવશે.'

બધા કમને તૈયાર થયા. લલ્લુ આઈપેડ પર દુઃખદ્ પ્રસંગ પર નોંધ કરતો રહ્યો. મોટા ઑકટ્રીના ઝાડ નીચે એક બાંકડો હતો. એના પર ચડીને વક્તાઓ બોલતા હતા.

'આ કંઈ સ્વર્ગાગમન કરવાની શાસ્ત્રીની ઉમ્મર ન હતી. સામાન્ય રીતે પ્રસિધ્ધ સાહિત્યકારો પંચ્ચાસી કે નેવુંની ઉંમર પછી જ વાચકોને રડાવે છે. શાસ્ત્રી તો આવજો કહ્યા વગર જ ચાલ્યો ગયો.'

ટોળામાં ગણગણાટ થતો હતો. 'એને બે વાર એટેક આવ્યો હતો. એની આર્ટરીમાં ભૂંગળીઓ ગુસાડેલી હતી. કિડની પણ કચરાથી ભરેલી હતી. આંતરડા પણ સડેલા હતા. ડાયાબીટીસ હતો તોયે ઢગલાબંધ ગળપણ ખાતો હતો. કોમ્પુટર પર આંગળાને કસરત મળતી, બાકી એક્સરસાઈઝ ને નામે મીંડુ. આ હિસાબેતો એ ઘણો મોડો ગયો.' કોઈ જાણભેદુએ શાસ્ત્રીનો મેડિકલ રિપોર્ટ જાહેર કર્યો.

બેંચ પર ચડેલા એક વક્તા ભાવભીના અવાજે બોલતા હતા;

પ્રવીણ શાસ્ત્રીની હલકી ફુલકી વાર્તાઓ

'શાસ્ત્રી અમેરિકાના સુપ્રસિધ્ધ સાહિત્યકાર હતા'

ટોળામાંથી કોઈકે ધીમેથી સુધારો કર્યો. 'અમેરિકા નહીં પણ ન્યુ જર્સીના જ વાર્તાકાર હતા.'

કોઈકે એમાં વધારાનો સુધારો કર્યો. 'આખા ન્યુ જર્સીમાં નહીં પણ માત્ર એડિસનમાં જ આપણા જેવા બે પાંચ જણા જ જાણતા હતા કે પ્રવીણ શાસ્ત્રી જેવો કોઈક આડુઅવળું લખીને લેખક બનવાની કોશિશ કરતો માણસ છે.

એક વિવેકપંથી વક્તાએ બેંચ પરથી કહ્યું કે શાસ્ત્રી રેશનાલિસ્ટ હતો. ધાર્મિક કર્મકાંડમાં માનતો ન હતો. અંધશ્રધ્ધાળુ ન હતો. આત્મા ફાતમામાં માનતો ન હતો. આજે આપણે કોઈએ એના આત્માને શાંતી મળે એવું બોલવાનું નથી.

કોઈક જાણકારે ફોડ પાડ્યો 'રેશનાલિસ્ટ માય ફૂટ!' રેશનાલિસ્ટ શાનો. મેં એને બે વાર મંદિરમાં મહાપ્રસાદ ઝાપટતા જોયો છે. રોજ ભગવાનને પગે લાગીને ઘરની બહાર નીકળતો હતો. એના તો ચાવવાના જુદા અને બતાવવાના જુદા હતા.

એક સાહિત્યકાર બહેને બેન્ચ પર ચડી એને માટે ખાસ બનાવેલી કવિતા ગાઈ. એમની આંખ સજળ હતી. એમણે કહ્યું દરેક સાહિત્ય સભામાં એમની ખોટ સાલશે. એઓ ખુબ સારા વાર્તાકાર હતા. બધા સાહિત્યકારોને ખૂબ ધ્યાનથી સાંભળતા હતા.

એ કાંઈ સાંભળતો ન હતો. દેખાવ કરતો હતો. ખરેખરતો એ

બહેરો હતો. બધા ક્યારે પુરુ કરે અને ડિનર શરુ થાય તેની રાહ જોતો હતો. એક જાણભેદુએ ખાનગી વાત જાહેર કરી..

એક અવલોકનકાર મિત્રએ બેંચ પર ચડી શ્રધ્ધાંજલી આપતા કહ્યું "એઓ માત્ર વાર્તાકાર જ ન હતા. ગુજરાતના સાહિત્યકારોને ટક્કર મારે એવા નવલકથાકાર પણ હતા."

ફરી પાછો એક અવાજ આવ્યો. "એટલે તો એની એકેય ચોપડી વેચાઈ નહિ. બધાને મફતમાં પધરાવતો હતો."

એવામાં એક બહેન કાળા ગોગલ્સ અને સફેદ કુર્તા-ઘરારા સાથે બેંચ પર ચડ્યા. ક્રોધ આક્રોસથી ધ્રૂજતા હતા. નાક કાનમાંથી નીકળતો ધુમાડો દેખાતો ન હતો પણ બૉડી લેન્ગ્વેજ પરથી અનુભવાતો હતો. એણે ત્રાડ નાંખી. ‘સાઈલન્સ પ્લીઝ.’

ટોળાનો બબડાટ ગણગણાટ એકદમ શમી ગયો.

આઈ હેવ એ ક્વેશચન ફોર યુ ગાય્ઝ. આ શોક સભા છે કે સત્તાપક્ષ અને વિરોધપક્ષનો અખાડો છે? હું એની કોઈ સગી નથી કે સાહિત્યકાર મિત્ર નથી. મેં એની નવલકથા ખરીદીને વાંચી છે. એનાથી પ્રભાવિત થઈને એની પ્રકાશિત થયેલી બધી જ નવલિકાઓ વાંચી છે. વી લોસ્ટ ગ્રેઇટ ઓથર. હું એને કોઈ વાર મળી નથી. મેં માત્ર એના ફોટા જ જોયા છે. સાંભળ્યું છે કે એ ખુબ જ વિનમ્ર સાહિત્યકાર હતા. કોઈની અણગમતી કે ખોટી ટીકાનો પ્રતિકાર કર્યા વગર સ્વીકાર કરી લેતા. અરે પોતાની ભૂલ ન હોય તો પણ સંબંધ

જાળવવા માફી માંગી લેતા. આ એમની નબળાઈ નહીં પણ મહાનતા હતી.

હા એની ઢગલાબંધ બુકો ન વેચાઈ કારણ કે એ વેપારી ન હતા. એને માર્કેટિંગની આવડત ન હતી. સાહિત્યના મોટા માથાઓ સાથે સાંઠ ગાંઠના સંબધો ન હતા. જેમ બૉલિવુડમાં બધા ખાનો, કપુરો અને બચ્ચનોના કેમ્પસ હોય છે તે જ પ્રમાણે કોઈપણ કળા કે સાહિત્યમાં પણ હું, બાવો ને મંગળદાસોના કેમ્પસ હોવાનું સાંભળ્યું છે. મારા જાણવા મુજબ એ કોઈ કેમ્પમાં પૈસા ખર્ચીને મેમ્બર થયા ન હતા.

એની બધી જ નવલિકાઓ જૂદા જૂદા વિષયોમા અને જૂદી શૈલીમાં લખાયલી છે. એમણે અમેરિકાના દેશી લોકજીવન ને અને માનસશાસ્ત્રને પચાવ્યું હતું. શાસ્ત્રીના એક મિત્રએ કહ્યું હતું કે શાસ્ત્રી એક વાર એક સાહિત્ય સમારંભમાં ગયા હતા. ઊંટોની સભામાં શાસ્ત્રીની હાલત નાના સસલા જેવી હતી. બધા ઊંટો એકબીજાની વક્તાની પ્રસંશા કરતા હતા. અહો રૂપમ અહો ધ્વની જ સ્તો. મને લાગે છે કે એમની ટીકા કરનારા તમે બધા એ ઊંટ કેમ્પસમાંના જ હસો.

હું એમની અને એમના લેખોની પ્રસંશક છું. હું અત્યારે જ એમને ત્યાં જઈને એમના પત્નીને આશ્વાસન આપી આવીશ.

ટોળામાંના એકે ધીમે રહીને કૉમેન્ટ કરી કે બુઢ્ઢો બધામાં થોડી થોડી સેક્સની વાતો લખતો હશે એટલે એ બહેનને વાંચવાનું ગમતું

હશે.

જોકે એ બહેને એની ટીકા સાંભળી ન હતી.

લલ્લુ એના લેખને માટે નોટ્સ લખતો રહ્યો.

****

તે જ સાંજે લલ્લુ લેખક અને ચન્દુ ચાવાલા 'શાસ્ત્રીને સ્મરણાંજલી' નો લેખ લખવાનું ફોર્મેટ ઘડતા હતા.

ચન્દુના સેલફોને શીલાકી જવાનીના રીંગ ટોનથી એમની વિચારમાળામાં ભંગ પાડ્યો.

'હલ્લો'

'કેમ છો, ચન્દુભાઈ.... હું શાસ્ત્રી.'

'તું...તું...તું...સા...સા..સાટરી?..... ટુ..ટુ..એતલી વારમાં ભૂત પન ઠઈ ગીયો?'

'ના, ચન્દુભાઈ હું જીવતો જાગતો શૈલાબેન સાથે બેઠો છું. એઓ લાગણી પૂર્વક મારા પત્નીને આશ્વાસન આપવા અને શોક સભામાં મને અપાયલી શ્રદ્ધાંજલી**(?)** નો હેવાલ આપવા આવ્યા હતા.'

'પન...પન...સાસ્ટરી ટુ મને ભૂત ઠઈને બીવરાવતો'તો નઠીને? મારાઠી ભૂલમાં જ બઢાને ખોટ્ટો ટાઈમ અપાઈ ગૈલો.'

'હું ટને સો વાર સોરી કૌઉ છું. પ્લીઝ ભૂટ ભઈ મને બિવરાવતો નઈ. મને બઊ પરસેવો થઈ જાય છે.'

'ચન્દુભાઈ હું ભૂત નથી.'

'ટો એતલી વારમાં તારો પુનર જનમ પન થઈ ગીયો?'

'અરે ભાઈ હું મર્યો જ નથી.'

'હેં...એ. ભૂતભાઈ હાચ્ચુ બોલો?'

'અરે ચન્દુભાઈ! શું આ જગતમાં હું જ એકલો પ્રવીણ શાસ્ત્રી છું? કેટલાયે શાસ્ત્રી કુટુંબમા અનેક પ્રવીણો જન્મ્યા હશે. જન્મેલાનું મૃત્યુ નક્કી જ છે. તમારી મારા પ્રત્યેની એડવાન્સ લાગણી બદલ ખૂબ આભાર. મને હવે જીવતો ન કરશો તો પણ ચાલશે; પણ ખરેખર સદગત પ્રવીણ શાસ્ત્રીના આત્માની શાંતી માટે જરુરથી પ્રાર્થના કરજો.'

સંદીપભાઈ ભંડારીએ બે દિવસ પહેલા જ મને પણ કહ્યું હતું કે એને મારા નામ ધારી એક પંચાણું વર્ષના વડીલના ફ્યુનરલની પેન્સિલવેનીયામાં વ્યવસ્થા કરવાની છે.

'મને જીવંત જોઈને શૈલા બહેન પણ પહેલા ગુંચવાયા અને પછી ખુશ થયા. થેન્ક્ યુ ચન્દુભાઈ. તમારા આ આયોજન ને કારણે મને મારા એક સાચા પ્રસંસક બહેનની ઓળખાણ થઈ.'

પ્રવીણ શાસ્ત્રી

'બેન્ચ પરથી મને અપાયલી શ્રધ્ધાંજલી કરતાં ટોળામાંના વિધાનોએ મારી આંખ ઉઘાડી છે. જો તમે તેમને ઓળખતા હો તો મારા વતી તેમનો આભાર માનજો.'

'અને એક વાત ચન્દુભાઈ . આવતી કાલે શૈલા બહેન એના ભાઈના બાબાનું નામ પાડવા જવાના છે. બાબાનું નામ 'પ્રવીણશાસ્ત્રી' પાડવાના છે. પ્રવીણ કે પ્રવીણ શાસ્ત્રી?

હા, હા...,' પ્રવીણશાસ્ત્રી.' વન વર્ડ. મારા બ્લોગ પર થી.

ફોન બંધ થયો.

ચન્દુ ચાવાલો ગુંચવાયલો હતો. પરસેવાવાળી વિગ કાઢીને ટાલ ખંજવાળતો હતો. ખુશ થવું કે દીલગીર થવું તે સમજાતું ન હતું.

લલ્લુ લેખકે પ્રાસંગિક લેખ લખવાની તક ગુમાવી. લલ્લુ લમણે હાથ મુકીને ફરી વિચારમાં પડી ગયો.....હવે કયા સબ્જેક્ટ પર લખવું?

ચન્દુ ચાવાલો જીવતા શસ્ત્રીને ઘેર ઉપડ્યો. જોવા અને ખાત્રી કરવા કે એણે ફોન પર ભૂત સાથે તો વાત નથી કરીને...!!!!

પરિચય,

જન્મ સપ્ટેમ્બર ૧૫, ૧૯૩૯, હાઈસ્કુલ અને કોલેજમાં હતો ત્યારે ૧૯૫૬ થી ૧૯૬૦ સૂધીમાં મારી નવલિકાઓ, નવવિધાન, ધરતી, આનંદ, છબી જેવા સામયિકોમાં પ્રગટ થઈ. પછી લખવાનું બંધ કર્યું.

૧૯૬૮માં યુકે અને ૧૯૭૦માં અમેરિકામાં સ્થળાંતર થયું.

અભ્યાસકાળ અને સમગ્ર કાર્યકાળના અડધી સદીનો સમય સદંતર સાહિત્ય સંપર્ક વગરનો જ રહ્યો. ૨૦૦૯માં સિત્તેર વર્ષની ઉંમરે **BASF Spectrographic R&D LAB** માંથી નિવૃત્તિ લીધી અને નિવૃત્તિની પ્રવૃત્તિ તરીકે લેખન કાર્ય શરૂ કર્યું.

પ્રવીણ શાસ્ત્રી

એક નવલકથા "શ્વેતા" અને ૧૦૦+ નવલિકાઓ અત્ર તત્ર પ્રગટ થઈ છે.

મારા બ્લોગપ્રવીણ શાસ્ત્રી અને મિત્રોની વિવિધ વાતો

http://pravinshastri.wordpress.com માં મારી વાર્તાઓ ઉપરાંત લેખકમિત્રોની વાતો રજુ કરતો રહું છું.

અમેરિકામાં ચાલતા એક મહાગ્રંથ " સંવર્ધન માતૃભાષા" મારી કૃતિ દ્વારા નાનો ફાળો આપી રહ્યો છું. આશા છે કે એ વાચક મિત્રોને ગમશે.

***

આ મહાગ્રંથના નિર્માણ કાર્યમાં સંકળાયલા સાહિત્ય સેવકો

સર્વશ્રી પ્રજ્ઞા દાદભાવાલા,પ્રવીણા કડકિઆ,હેમા પટેલ, વિજય શાહ અને કિરણ ઠાકરને ખૂબ ખૂબ અભિનંદન.

પ્રવીણ શાસ્ત્રીના સ્નેહ વંદન.

Made in the USA
Middletown, DE
15 September 2017